실용
베트남어
초급

저자 이현정

머리말

　제가 2000년대 초 처음 베트남에 유학을 갔을 때는 베트남은 우리에게 가까운 나라가 아니었습니다. 그러나 지난 20여 년간 국내 기업들의 지속적인 베트남 진출과 민간교류의 활성화로 베트남에 대한 관심은 지속적으로 증가하였고 또한 베트남어 학습에 대한 관심도 계속해서 커지고 있음을 느끼고 있습니다

　이 교재는 KERIS(한국교육학술정보원)의 "2020년 성인 학습자 역량 강화 단기 교육과정 개발" 사업의 일환으로 사이버한국외국어대학교와 공동 개발한 '초급실용베트남어' 강의를 기초로 하여 집필하였습니다. KERIS 사업을 위한 강의 개발을 토대로 저는 이 교재가 베트남과 베트남어 관심을 갖고 배우고자 하는 학습자들에게 도움이 되기를 바라는 마음으로 준비하였습니다.

　교재는 1. 어휘와 표현 2. 문법 3. 회화로 구성되었고, 학습자가 어휘부터 회화까지 순서대로 학습하거나 문법, 회화, 어휘와 표현 등 필요한 순서대로 선택하여 학습할 수 있도록 각 부분을 독립적으로 그러나 유기적으로 구성하였습니다. 또한 베트남어를 처음 접하는 학습자들이 현지에서 쓰이는 표현을 익히고 학습할 수 있도록 원어민 선생님의 검수를 통해 현지에서 사용하는 표현과 회화로 구성하였습니다. 성조어인 베트남어는 많이 듣고 말해보는 연습이 중요합니다. 교재에 첨부되어 있는 QR코드를 활용하여 회화를 자주 듣고 따라 하며 성조와 발음을 연습하다 보면 어느새 자연스럽게 베트남어를 말할 수 있을 것입니다. 교재를 집필하면서 강의에서 부족했던 문법과 연습문제들을 보완하였습니다.

끝으로 교재 집필과 강의 녹화에 도움을 준 서울대학교 대학원 국어교육과 박사과정의 Nguyễn Thị Minh Huy 선생님에게 감사드립니다. 그리고 이 책을 기획하고 출판할 수 있도록 도움을 주신 한국외국어대학교 베트남·인도네시아학부 임영호 교수님과 형설출판사 관계자분들께도 깊은 감사의 인사를 전합니다.

베트남어가 여러분이 더 넓은 세상으로 나아갈 수 있는 초석이 될 수 있습니다. 여러분보다 먼저 베트남어를 학습하고, 베트남어를 가르치게 된 사람으로서 저는 이 교재가 여러분의 베트남어 학습 여정에 도움이 되기를 바랍니다. 베트남어로 자유롭게 대화하며, 꿈을 이루어 나가시길 진심으로 응원합니다.

2022년 2월 저자

Contents

1. 베트남어와 베트남어의 역사
- I 베트남어와 베트남어의 역사 ································ 08
- II 베트남어 문자 ································ 11
- III 베트남어의 성조 ································ 18

2. 베트남어의 모음과 자음
- I 이중모음 ································ 24
- II 복자음과 끝자음 ································ 27
- III 베트남어의 성조 ································ 35

3. Chào bạn!
- I 어휘와 표현 ································ 42
- II 문법 ································ 46
- III 회화 ································ 50

4. Tôi là người Hàn Quốc.
- I 어휘와 표현 ································ 56
- II 문법 ································ 60
- III 회화 ································ 65

5. Cái này là cái bút.
- I 어휘와 표현 ································ 72
- II 문법 ································ 76
- III 회화 ································ 82

6. Cái này là cái bút.
- I 어휘와 표현 ································ 88
- II 문법 ································ 92
- III 회화 ································ 96

7. Quả xoài này ngon quá!
- I 어휘와 표현 ································ 102
- II 문법 ································ 106
- III 회화 ································ 112

8. Người Hàn Quốc rất thích bún chả
- I 어휘와 표현 ···································· 124
- II 문법 ··· 129
- III 회화 ·· 134

9. Hôm nay là ngày 19.
- I 어휘와 표현 ···································· 140
- II 문법 ··· 144
- III 회화 ·· 150

10. Ở Hà Nội bây giờ là 8 giờ sáng.
- I 어휘와 표현 ···································· 156
- II 문법 ··· 160
- III 회화 ·· 164

11. Cam này bao nhiêu tiền một cân?
- I 어휘와 표현 ···································· 170
- II 문법 ··· 173
- III 회화 ·· 177

12. Tớ định đi du lịch Hội An với gia đình.
- I 어휘와 표현 ···································· 184
- II 문법 ··· 189
- III 회화 ·· 196

13. Từ văn phòng đến thư viện Quốc gia 700m.
- I 어휘와 표현 ···································· 202
- II 문법 ··· 210
- III 회화 ·· 218

정답 ··· 231

Bài 1

베트남어와 베트남어의 역사

학습 내용

1. 베트남어의 역사와 베트남어의 특징을 알 수 있다
2. 베트남어 단모음과 단자음을 익혀 발음할 수 있다.
3. 베트남어 성조를 익혀 발음할 수 있다.

I. 베트남어와 베트남어의 역사

1 베트남과 베트남어

1) 베트남은 54개의 민족으로 이루어진 나라로, 그 중 53개의 소수민족은 각자 자신들의 고유한 언어와 문화를 갖고 있다.
2) 베트남 전체 인구의 90% 정도에 이르는 낑(Kinh = Việt)족의 언어가 공용어로 정해져 사용되고 있다.
3) 수도 하노이를 중심으로 한 북부에서 사용되고 있는 베트남어가 표준적 발음으로 간주되고 있다.

2 베트남어의 역사

1) 지리적으로 중국과 인접해 있으면서 오랫동안 중국의 영향을 받은 베트남은 한자*를 사용했다.
2) 또한 한자의 음과 훈을 차용하여 베트남식으로 다시 조합한 쯔 놈(chữ Nôm)*을 만들어 사용했다.
3) 현재 사용되고 있는 알파벳을 이용한 베트남어는 17세기 중반 프랑스인 신부 알렉상드르 드 로드(Alexandre de Rhodes)*가 베트남에서의 선교활동을 위해 만든 것이다. 알파벳화 된 베트남어는 초기에 대중화되지 못하였으나 프랑스가 베트남을 식민지화한 이후인 1900년대 초에 프랑스 식민 당국이 강제로 사용하게 하면서 대중화되기 시작했다. 이렇게 베트남인에게 보급된 문자를 꾸옥 응으(Quốc Ngữ, 國語)라고 부른다.

> **tip**
> 베트남어에도 한국어처럼 한자의 영향이 남아있으며, 한자에 기반을 둔 어휘들이 약 70% 이상 남아있다. 그러나 현재 베트남에서는 한자표기를 사용하지 않기 때문에 대다수의 베트남인은 한자를 모른다.

> **tip**
> 쯔 놈은 지식인 중에서도 일부만이 사용할 수 있는 문자였다. 우리나라의 이두와는 달리 쯔 놈 장려정책으로 쯔 놈으로 창작된 다수의 문학 작품이 오늘날까지 남아있다.

3 베트남어의 특징

1) 한 음절이 한 형태소가 될 수 있다.
- chuẩn bị (準備, 쭈언 비 : 준비하다) → 한 단어지만 음절 별로 띄어 쓴다.

> **tip**
> 그는 성경을 베트남어로 번역하고 기독교를 널리 전파하기 위해 로마자를 이용하여 베트남 문자를 만들었다.

- ôm (옴 : 껴안다) → 한 음절로 된 단어이다.

이렇듯 베트남어는 단어 별로 또는 문장 성분 별로 띄어 쓰지 않는 대신 음절 별로 띄어쓰기를 한다.

2) 단어의 형태가 변하지 않는다.

격, 수, 인칭, 성(性), 시제와 같은 문법적 특징에 의해 단어 또는 단어의 어미가 변하지 않는다.

3) 베트남어는 성조어이다.

➡ a á à ả ã ạ

베트남어는 6개의 성조*가 있다.

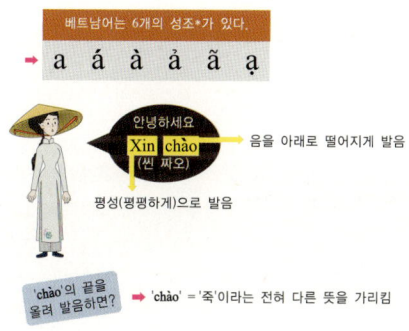

tip

베트남어에서 성조는 매우 중요해서 발음이 맞더라도 성조가 틀리면 못 알아 듣는 경우가 있다. 또한 철자가 같은 단어라도 성조가 다르면 다른 의미가 되므로 성조를 확실히 익혀야 한다.

4 북과 남으로 긴 베트남에서의 언어 차이

남부지방 언어가 북부지방 언어에 비해 발음이 부드럽게 굴러가고 비음이 많다. 발음 차이 외에 성조와 어휘 면에서도 약간의 차이를 보이지만 문법적인 차이는 없다.

Bài 1 베트남어와 베트남어의 역사

연습문제

01 베트남어에 관한 설명으로 알맞은 것은?

① 에 데(Ê Đê) 족의 언어가 공용어로 정해져 사용되고 있다.

② 53개 소수 민족은 자신들의 고유한 언어를 갖고 있다.

③ 수도 하노이를 중심으로 한 중북부에서 사용하는 언어가 표준어이다

02 베트남어 역사에 관한 설명으로 알맞지 않은 것은?

① 라오스의 영향을 라오스어 영향이 남아있다.

② 한자에 기반을 둔 어휘가 70% 이상 남아 있다.

③ 한자의 음과 훈을 차용한 쯔 놈을 만들어 사용했다.

④ 현재 사용되는 베트남어는 프랑스 선교사가 선교활동을 위해 만든 것이다.

03 베트남어의 특징에 관한 설명으로 알맞지 않은 것은?

① 6개의 성조를 가진 성조어이다.

② 한 음절이 한 형태소가 될 수 있다.

③ 격, 인칭, 시제 등에 따라 단어의 형태가 변한다.

④ 남부지방 언어는 북부지방 언어에 비해 발음이 부드럽다.

II. 베트남어 문자 (Bảng chữ cái tiếng Việt)

베트남어의 자모음은 29개이며, 영어의 알파벳과 유사하지만, 영어의 f, j, w, z가 없고 ă, â, đ, ê, ô, ơ, ư가 추가되었다.

문자	명칭	발음	문자	명칭	발음
A a	a [아]	a [아]	N n	en nờ [앤 너]	nờ [너]
Ă ă	á [아] (a보다 짧은 아)	á [아] (a보다 짧은 아)	O o	o [오(ㅓ)]	o [오(ㅓ)]
Â â	ớ [어] (ơ 보다 짧은 어)	ớ [어] (ơ 보다 짧은 어)	Ô ô	ô [오]	ô [오]
B b	bê [베]	bờ [버]	Ơ ơ	ơ [어]	ơ [어]
C c	xê [쎄]	cờ [꺼]	P p	pê [뻬]	pờ [뻐]
D d	dê [제]	dờ [저]	Q q	quy [꾸이]	quờ [꿔]
Đ đ	đê [데]	đờ [더]	R r	e rờ [애 러]	rờ [러] / dờ [저]
E e	e [애]	e [애]	S s	ét sì [앳 씨]	sờ [써]
Ê ê	ê [에]	ê [에]	T t	tê [떼]	tờ [떠]
G g	gờ [거]	gờ [거]	U u	u [우]	u [우]
H h	hát [핫]	hờ [허]	Ư ư	ư [으]	ư [으]
I i	i ngắn [이 응안]	i [이]	V v	vê [베]	vờ [버]
K k	ca [까]	cờ [꺼]	X x	ích xì [잇 씨]	xờ [써]
L l	e lờ [애 러]	lờ [러]	Y y	i dài [이 자이]	i [이]
M m	em mờ [앰 머]	mờ [머]			

1 단모음 (Nguyên âm đơn)

베트남어의 단모음은 11개가 있다.

a	입을 옆으로 크게 벌려 우리말의 '아'와 비슷하게 발음한다. 예) an 평안한 ba (숫자) 3
ă	a와 발음이 같지만 짧게 발음한다. 예) ăn 먹다 chăm 열중하다
â	입을 옆으로 벌려 우리말의 '어'와 비슷하게 발음하며, ơ와 발음이 같지만 짧게 발음한다. 예) âm 음성 sân 마당
e	입을 작게 벌려 우리말의 '애'와 비슷하게 발음한다. 예) em 저, 동생 đen 검정(색)
ê	입을 작게 벌려 우리말의 '에'와 비슷하게 발음한다. 예) êm 부드러운 tên 이름
i(y)	우리말의 '이'와 비슷하게 발음한다. 예) đi 가다 yêu 사랑하다
o	우리말에는 없는 발음으로 입을 크고 동그랗게 벌려 '오' 입 모양에서 '어' 발음을 하는 '오'와 '어'의 중간 발음이다. 예) voi 코끼리 coi 보다, ~처럼 여기다
ô	입을 동그랗게 모아 우리말의 '오'와 비슷하게 발음한다. 예) ô 우산 tô 그릇, 사발
ơ	입을 옆으로 벌려 우리말의 '어'와 비슷하게 발음하며, â와 발음이 같지만 길게 발음한다. 예) ơn 은혜 bơi 수영(하다)
u	입을 동그랗게 모아 우리말의 '우'와 비슷하게 발음한다. 예) bút 볼펜 thu 가을
ư	입을 평평하게 하여 우리말의 '으'와 비슷하게 발음한다. 예) lưng 등 mừng 기원/축하하다

2 단자음 (Phụ âm đơn)

베트남어의 단자음은 17개가 있다.

b	입술을 다물었다 떼면서 우리말의 'ㅂ'와 비슷하게 발음한다. 예) bay 날다　bạn 친구
c	우리말의 'ㄲ'과 비슷하게 발음한다. 예) cá 물고기　cứng 단단하다
d	우리말의 'ㅈ'과 비슷하며, 남부에서는 'ㅇ'으로 발음한다. 예) dê 염소　dao 칼
đ	우리말의 'ㄷ'과 비슷하게 발음한다. 예) đêm 밤　đứng 서다
g	목에서 나오는 발음으로 우리말의 'ㄱ'과 비슷하다. 예) gà 닭　gừng 생강
h	목에서 나오는 발음으로 우리말의 'ㅎ'과 비슷하다. 예) hẹn 약속하다　hoa 꽃
k	c와 마찬가지로 우리말의 'ㄲ'과 비슷하게 발음하며, k는 모음 I, e, ê와 결합한다. 예) kể 말하다　kẹo 사탕
l	영어의 L과 유사한 발음으로, 우리말의 'ㄹ'과 비슷하다. 예) lê 배　làng 마을
m	입술을 다물었다 떼면서 우리말의 'ㅁ'와 비슷하게 발음한다. 예) mũ 모자　mèo 고양이
n	혀를 윗잇몸에 붙였다 떼면서 우리말의 'ㄴ'과 비슷하게 발음한다. 예) núi 산　nướng 굽다
p	입술을 다물었다 떼면서 우리말의 'ㅃ'와 비슷하게 발음한다. 예) pin 건전지, 배터리
q	c와 k처럼 우리말의 'ㄲ'과 비슷하며, 항상 모음 u와 결합하여 사용한다. 예) quê 고향　quạt 부채

r	d와 마찬가지로 우리말의 'ㅈ'과 비슷하며, 남부에서는 영어의 r과 유사한 'ㄹ'로 발음한다. 예) rau 야채 răng 치아
s	입술을 다물었다 떼면서 우리말의 'ㅆ'와 비슷하게 발음한다. 예) sao 별 sang 가다, 건너(가)다
t	우리말의 'ㄸ'과 비슷하게 발음한다. 예) táo 사과 túi 가방
v	영어의 v와 비슷한 발음으로 윗니를 아랫입술에 살짝 대었다 떼면서 발음한다. 예) váy 치마 vui 즐겁다
x	s와 마찬가지로 우리말 'ㅆ'과 비슷하게 발음하지만 s보다 발음이 약하다. 예) xa 멀다 xuân 봄

연습문제

01 다음 단어를 듣고 알맞은 자음을 쓰세요.

① _____ éo tốt : 건강한
② _____ e buýt : 버스
③ _____ ông ti : 회사
④ _____ ước dừa : 코코넛 주스
⑤ _____ oà bình : 평화

02 다음 단어를 듣고 알맞은 모음을 쓰세요.

①

b_____ đê : 둑, 제방

②

s_____n : 마당

③

y_____u : 사랑하다

④

n_____n : (베트남 전통 삿갓) 모자

⑤

m_____ng : 축하하다

⑥

b_____ : (숫자) 3

⑦

_____n : 제비

⑧  t_____n : 이름

⑨ _____n : 먹다

⑩  b_____t : 볼펜

⑪  t_____ : 그릇, 사발

III. 베트남어의 성조

베트남어에는 6개의 성조가 있다.

성조 이름	기호
Thanh ngang (Không dấu)	기호 없음
Thanh sắc (Dấu sắc)	´
Thanh huyền (Dấu huyền)	`
Thanh hỏi (Dấu hỏi)	̉
Thanh ngã (Dấu ngã)	~
Thanh nặng (Dấu nặng)	.

철자와 발음이 같은 단어라도 성조가 다르면 그 의미가 달라지기 때문에 발음과 성조를 함께 기억해야 한다.

 예문

sách 책   sạch 깨끗하다
bận 바쁘다   bẩn 지저분하다

1) Thanh ngang (Không dấu)
꺾임 없는 평성음으로 변화없이 발음한다.

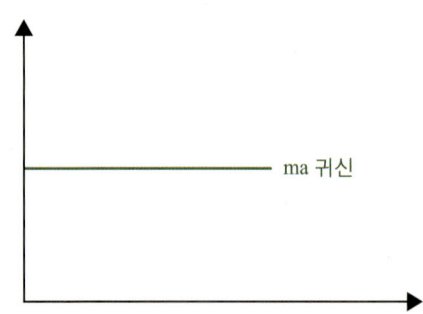

2) Thanh huyền (Dấu huyền)

음을 내리는 하강음으로 중음에서 천천히 부드럽게 내리며 발음한다.

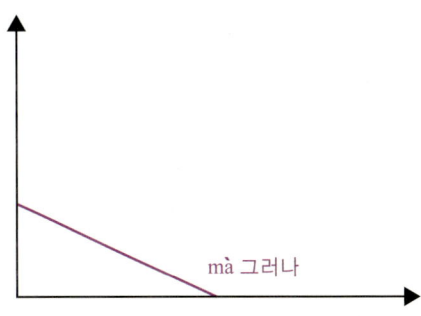

3) Thanh sắc (Dấu sắc)

음을 급격히 올리는 상승음으로 낮음 음에서 높은 음으로 빠르게 도약하며 발음한다.

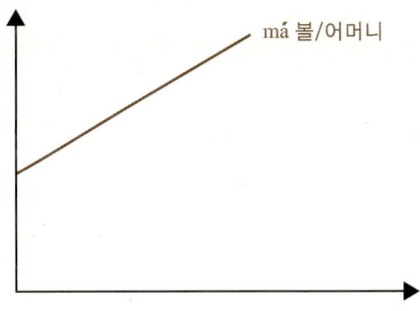

베트남어 성조 연습

1. Thanh ngang với các thanh khác

	Ví dụ		
ngang - ngang	ân nhân 은인	quân nhân 군인	quê hương 고향
ngang - huyền	đi về 돌아가다	con ruồi 파리	con mèo 고양이
ngang - sắc	con cá 물고기	văn hoá 문화	cao cấp 고급의

2. Thanh huyền với các thanh khác

	Ví dụ		
huyền - ngang	hàng không 항공	bình dân 평민의	làm quen 익숙해지다
huyền - huyền	đồng hồ 시계	hoà bình 평화	tình hình 정세, 상황
huyền - sắc	bài hát 노래	đồng ý 동의하다	Hàn Quốc 한국

3. Thanh sắc với các thanh khác

	Ví dụ		
sắc - ngang	trái cây 과일	phát âm 발음	cách nghe 듣는 방법
sắc - huyền	nước dừa 코코넛 주스	áo quần 옷	tiếng Hàn 한국어
sắc - sắc	áo mới 새 옷	nước mắt 눈물	chú ý 주의하다

연습문제

01 다음 단어를 듣고 알맞은 성조를 표시하세요.

① băt đâu   시작하다

② đên bu   변상하다

③ tinh hinh   정세, 상황

④ xe ô tô   자동차

⑤ tăc đương   교통체증

⑥ dân sô   인구

⑦ dưa hâu   수박

⑧ đô la   달러

⑨ tiêng Han   한국어

⑩ đông y   동의하다

Bài 2
베트남어의 모음과 자음

학습 내용

1. 베트남어의 이중 모음을 익혀 발음할 수 있다.
2. 베트남어의 복자음과 끝자음을 익혀 발음할 수 있다.
3. 베트남어 성조를 익혀 발음할 수 있다.

I. 이중 모음 (Nguyên âm đôi)

베트남어에는 -ia(-iê-), -ua(-uô-), -ưa(-ươ-) 3개의 이중 모음이 있다.

-ia	자음 없이 사용하는 끝모음으로 '이야'가 아닌 '이어'로 발음한다. 예) kia 저기 thìa 숟가락
-iê-	마지막에 자음과 함께 사용하는 모음으로 '이에'라고 발음한다. 예) kiến 개미 miến 당면
-ua	자음 없이 사용하는 끝모음으로 '우야'가 아닌 '우어'로 발음한다. 예) cua 게 mua 사다
-uô-	마지막에 자음과 함께 사용하는 모음으로 '우오'라고 발음한다. 예) muộn 늦다 uống 마시다
-ưa	자음 없이 사용하는 끝모음으로 '으야'가 아닌 '으어'로 발음한다. 예) dừa 코코넛 mưa 비(내리다)
-ươ-	마지막에 자음과 함께 사용하는 모음으로 '으어'라고 발음한다. 예) lươn 뱀장어 mượn 빌리다

연습문제

다음 단어를 듣고 알맞은 모음을 쓰세요.

①

d_____ 접시

m_____ 사탕수수

②

b_____n 바다, 해변

k_____n 개미

③

c_____ 게

v_____ 왕

④

m_____i 모기

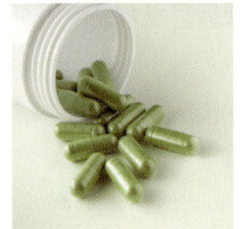

th_____c 약

⑤

ng_____ 말

s_____ 우유

⑥

b_____m 나비

v_____n 정원

II. 복자음과 끝자음

1 복자음(Phụ âm đôi)

베트남어에는 10개의 복자음이 있다.

ch	우리말의 'ㅉ'과 비슷하게 발음한다. 예) cháo 죽 chim 새
gi	d과 마찬가지로 우리말의 'ㅈ'과 비슷하며, 남부에서는 'ㅇ'로 발음한다. 예) giàu 부유하다 giấy 종이
gh	g와 마찬가지로 우리말 'ㄱ'으로 발음하며, 모음 i, e, ê만 결합하여 사용한다. 예) ghen 시기하다 ghế 의자
kh	목에서 나오는 발음으로 우리말의 'ㅋ'과 비슷하게 발음한다. 예) khỉ 원숭이 khăn 수건
ng	(비음으로) 우리말의 '응'과 비슷하게 발음한다. 예) ngô 옥수수 ngồ 앉다
ngh	(비음으로) 우리말의 '응'과 비슷하게 발음하며, 모음 i, e, ê만 결합하여 사용한다. 예) nghe 듣다 nghĩ 생각하다
nh	혀를 윗잇몸에 붙였다 떼면서 발음하며, 우리말 '니'와 비슷하게 발음하고 뒤에 오는 모음에 따라 반모음화되는 특징이 있다. 예) nhà 집 nho 포도
ph	영어의 f와 비슷한 발음으로 윗니를 아랫입술에 살짝 대었다 떼면서 'ㅍ' 발음한다. 예) phía 방향 phở 쌀국수
th	우리말의 'ㅌ'과 비슷하게 발음한다. thăm 방문하다 thư 편지
tr	ch와 마찬가지로 우리말 'ㅉ'과 비슷하게 발음하며, 남부에서는 혀끝을 말아 입천장에 붙였다 떼면서 발음한다. 예) trà 차 trưa 정오

2 끝자음(Phụ âm cuối)

베트남어는 8개의 끝자음이 있다.

c	우리말의 'ㄱ'받침으로 발음한다. 예) mặc 입다 nhạc 음악
ch	우리말의 '익'으로 발음하며, 모음 a, ê, i와만 결합하여 ach[아익], êch[에익], ich[익]으로 발음한다. 예) ếch 개구리 sách 책
m	우리말의 'ㅁ'받침으로 발음한다. 예) ôm 안다 tắm 샤워(하다)
n	우리말의 'ㄴ'받침으로 발음한다. 예) chăn 이불 khen 칭찬하다
ng	우리말의 'ㅇ'받침으로 발음한다. 예) ông 할아버지 trăng 달
nh	우리말의 '잉'으로 발음하며, 모음 a, ê, i와만 결합하여 anh[아잉], ênh[에잉], inh[잉] 발음하며, 남부에서는 우리말의 'ㄴ'받침으로 발음한다. 예) bánh 빵 xinh 예쁘다
p	우리말의 'ㅂ'받침으로 발음한다. 예) bếp 부엌 hộp 상자
t	우리말의 'ㅌ'받침으로 발음한다. 예) bát 그릇 tốt 좋은

연습문제

다음 단어를 듣고 알맞은 자음을 쓰세요.

①

_____ăn 이불   _____uối 바나나

②

_____ày 신발   _____á 숙주

③

_____ế 의자   _____i 기록하다

_____ăn 수건   _____ế 스타프루트(star fruit)

_____à 코끼리 상아   _____ô 옥수수

_____e 듣다   _____ĩ 생각하다

⑦

_____à 집   _____o 포도

⑧

_____im 영화   _____ở 쌀국수

⑨

_____ỏ 토끼   _____ư 편지

⑩

_____à 차   _____âu 물소

⑪

cố_____ 컵   thá_____ 폭포

⑫

ế_____ 개구리   sá_____ 책

⑬

cơ_____ 밥

ke_____ 아이스크림

⑭

tiề_____ 돈

xuâ_____ 봄

⑮

bó_____ 공

trắ_____ 달

⑯  bá_____ 빵

 kê_____ 운하

⑰  hộ_____ 상자

 thá_____ 탑

⑱  bố_____ 부츠

 qụa_____ 부채

III. 베트남어의 성조

4) Thanh hỏi (Dấu hỏi)

음을 올렸다 내리는 굴곡음으로 낮은 음에서 중음으로 올렸다 다시 낮은 음으로 부드럽게 발음한다.

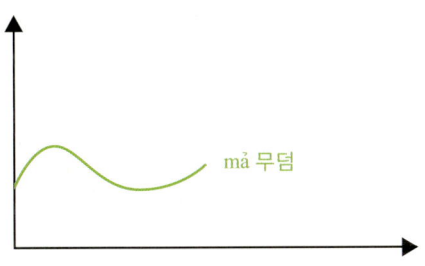

5) Thanh ngã(Dấu ngã)

음이 꺾이는 상승음으로 높은 음에서 짧고 빠르게 내려갔다 잠시 멈춘 후 더 높은 음으로 급격히 올리며 발음한다.

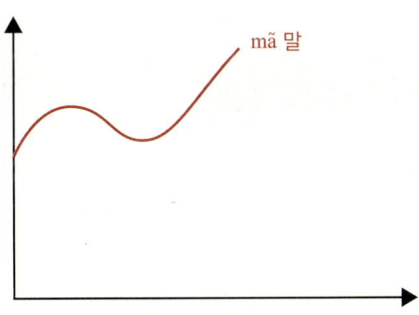

6) Thanh nặng(Dấu nặng)

음을 낮추어 끊는 마침음으로 중음에서 시작하여 짧고 강하게 내려 발음한다.

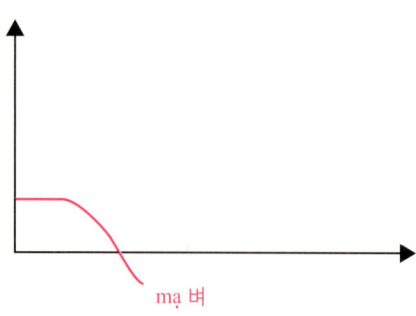
mạ 벼

베트남어 성조 연습

4. Thanh hỏi với các thanh khác

	Ví dụ		
hỏi - hỏi	bảo đảm 보증하다	thỉnh thoảng 가끔	hủy bỏ 취소하다
hỏi - ngã	hiểu rõ 이해하다	triển lãm 전시하다	sửa chữa 고치다
hỏi - nặng	cảm động 감동하다	chuẩn bị 준비하다	tiểu học 초등학교

5. Thanh ngã với các thanh khác

	Ví dụ		
ngã - hỏi	dũng cảm 용감한	chỗ ở 거처	dễ hiểu 이해하기 쉬운
ngã - ngã	kĩ lưỡng 주의 깊게	bỡ ngỡ 미숙하다	mãi mãi 영원히
ngã - nặng	xã hội 사회	kĩ thuật 기술의	ngữ điệu 억양

6. Thanh nặng với các thanh khác

	Ví dụ		
nặng - hỏi	lịch sử 역사	mạnh khoẻ 건강한	đại biểu 대표
nặng - ngã	phụ nữ 여자	ngoại ngữ 외국어	rộng rãi 넓은
nặng - nặng	bệnh viện 병원	điện thoại 전화기	độc lập 독립

연습문제

01 다음 단어를 듣고 알맞은 성조를 표시하세요.

① hai san 해산물

② bai miên 파면되(하)다

③ hiêu qua 효과

④ ki thuât 기술

⑤ nhược điêm 약점

⑥ giai phâu 수술하다

⑦ lanh thô 영토

⑧ đai diên 대표의

⑨ quyên lich 달력

⑩ rưc rơ 빛나다

⑪ sản phẩm   상품

⑫ mạ kẽm   아연도금하다

⑬ phạm lỗi   실수하다

⑭ nội trợ   주부

⑮ biểu diễn   나타내다

⑯ bãi biển   해변

⑰ nghĩa vụ   의무

Bài 3
Chào bạn!

학습 내용

1. 베트남어 인사와 안부 표현을 익혀 말할 수 있다.
2. 베트남어 인사와 안부에 나타난 문법을 이해하고 문장을 만들 수 있다.
3. 베트남어로 인사와 안부를 묻고 답할 수 있다.

I. 어휘와 표현

1 베트남어의 인칭 대명사

1인칭 단수	2인칭 단수	3인칭 복수
tôi 나 / mình* 나	bạn 너	
tớ 나	cậu 너	
em 저(동생)	anh 형/오빠, chị 누나/언니	
cháu 저(손아랫사람)	chú 젊은 아저씨, cô 젊은 아주머니	2인칭 단수 + ấy
cháu 저(손아랫사람)	bác 아저씨, 아주머니	
cháu 저(손아랫사람)	ông 할아버지, bà 할머니	
em 저(학생)	thầy 선생님(남), cô 선생님(여)	

* tôi와 mình의 쓰임은 유사한데, mình은 재귀대명사로 '~자신'을 칭하기도 한다.

2 인사 표현

Chào + 2인칭	안녕하세요. / 안녕히 가세요.
Rất vui được gặp + 2인칭	만나서 반갑습니다.
Lâu rồi không gặp + 2인칭	오랜만입니다.
Hẹn gặp lại + 2인칭	다시 만나요.
Tạm biệt + 2인칭	잘 가요.
1인칭 + đi trước / về	먼저 가겠습니다.

3 안부를 묻는 표현

2인칭 + có khoẻ không?	잘 지내셨어요?
2인칭 + có gì mới không?	새로운 일 있으세요?
2인칭 + có gì vui không?	즐거운 일 있으세요?
Dạo này, 2인칭 + thế nào?	요즘 어떻게 지내세요?

4 안부를 답하는 표현

1인칭 + khoẻ.	잘 지냈습니다.
1인칭 + (vẫn) bình thường.	평소와 같습니다.
Không có gì mới cả.	새로운 일 없습니다.

💡 새로운 어휘

khoẻ	건강하다	bình thường	보통의, 평소와 같은
lâu	긴, 오랫동안	rồi	이미(완료의 의미)
không	(부정)~이 아니다	gặp	만나다
rất	매우	vui	기쁘다, 즐겁다
hẹn	만나다, 약속하다	lại	다시
đi	가다	về	(돌아)가다, 오다
trước	~전, 먼저	mới	새로운
vẫn	여전히	gì	무엇(의문사)
dạo này	요즘	cũng	또한, 역시~하다
còn	그리고, 그런데	hân hạnh	기쁘다, 영광이다
lắm	매우	cảm ơn	감사합니다
xin	(문두)정중한 표현	ạ	(문미)높임 표현

연습문제

01 다음 문장을 베트남어로 쓰세요.

① 형/오빠를 만나서 반갑습니다.
→ _____

② (친구에게) 오랜만이야.
→ _____

③ 누나/언니 새로운 일 있으세요?
→ _____

④ (친구에게) 다시 만나.
→ _____

⑤ 저(학생) 먼저 가겠습니다.
→ _____

⑥ 나는 새로운 일 없어.
→ _____

⑦ 나는 평소와 같아요.
→ _____

02 다음의 뜻과 맞는 단어를 연결하세요.

① ~이/가 아니다. • • ① hẹn
② 가다 • • ② vui
③ 또한 • • ③ đi
④ 약속하다 • • ④ không
⑤ 기쁘다 • • ⑤ cũng

03 다음의 뜻과 맞는 단어를 연결하세요.

① 여전히 • • ① khoẻ
② 만나다 • • ② dạo này
③ 건강하다 • • ③ mới
④ 새로운 • • ④ vẫn
⑤ 요즘 • • ⑤ gặp

II. 문법

1 인사 표현

1) chào

'안녕하세요', '안녕히 가세요'의 의미로 시간과 상황의 구별없이 사용할 수 있는 인사 표현이다. 'chào + 2인칭', 'chào + 이름' 또는 'chào + 2인칭 + 이름'의 형태로 사용한다. 나보다 나이가 많은 어른이나 선생님에게 예의를 갖춰 인사할 때는 chào 앞에 1인칭을 넣어 '1인칭 + chào + 2인칭 (ạ)'을 사용한다.

Chào anh.	형/오빠 안녕하세요.
Chào Linh.	Linh아 안녕
Chào chị Lan.	Lan 누나/언니 안녕하세요.
Em chào thầy (ạ).	선생님(남) 안녕하세요.

2) Lâu rồi không gặp + 2인칭

오랜만에 만났을 때 사용하는 관용 표현이다. 'Lâu rồi'는 '오래된', 'không gặp'은 '만나지 못했다'의 의미로 '오랫동안 만나지 못했다' 즉 '오랜만이다'의 의미다.

다른 표현으로는 'Lâu lắm không gặp + 2인칭'이 있다. 'Lâu lắm'은 '매우 오래'의 의미다. 안부를 묻는 인사 표현과 함께 사용해도 좋다.

3) Rất vui được gặp + 2인칭

만났을 때 반가움을 나타내는 관용 표현이다. 'Rất'*은 부사로 '매우'의 의미이고, 'được + 동사'는 '~하게 되다'의 쓰임으로 'được gặp'은 '만나게 되다'의 의미가 된다.

다른 표현으로는 'Rất hân hạnh được gặp + 2인칭'이 있다. 'Hân hạnh'은 '기쁘다/영광이다'의 의미로 '만나게 되어 기쁩니다'의 의미다.

Rất
동사, 형용사 앞에 사용한다.

대답할 때는 'cũng (또한)'을 사용하여 '1인칭 + cũng + 관용 표현'을 사용한다.

4) Hẹn gặp lại + 2인칭

헤어질 때 사용하는 관용 표현으로 친근한 사이뿐만 아니라 사무적인 관계에서도 폭넓게 사용한다. 'Tạm biệt (안녕(히 가세요))' 역시 헤어질 때 사용할 수 있는 표현이다.

5) đi / về trước

작별 인사로 사용되는 표현으로 '1인칭 + đi / về* trước (먼저 (돌아)가다)'의 의미이며, 인사 표현인 'chào + 2인칭'과 함께 사용한다.

về
đi와 달리 말하는 사람이 본래 있던 곳으로 돌아갈 때 사용한다.

2 안부 묻고 답하는 표현

1) 2인칭 + có khoẻ không?

'건강하세요' 혹은 '잘 지내셨어요'로 해석할 수 있는 안부를 묻는 표현으로 가까운 사이뿐만 아니라 비즈니스 관계 등에서 폭넓게 사용한다.

대답할 때는 'Cảm ơn + 2인칭 (고마워요)' 다음에 자신의 근황에 따라 '1인칭 + khoẻ (잘 지냈어요 / 건강해요)' 또는 '1인칭 + (vẫn) bình thường (평소와 같아요)'을 사용한다.

안부를 묻는 다른 표현으로는 'Dạo này, 2인칭 + có gì mới / vui không? (새로운 일(즐거운 일) 있으세요?)'을 사용한다. 이 표현은 'gì mới(새로운 일)' 또는 'gì vui(즐거운 일)'를 활용한 상대방의 현재 근황, 이슈에 초점을 맞춘 표현이다.

연습문제

01 빈칸에 들어갈 알맞은 표현을 쓰세요.

① 할아버지와 손주의 인사

Ⓐ _____ chào _____ ạ.
할아버지 안녕하세요.

Ⓑ Chào _____.
안녕 얘야.

② 여자 선생님과 학생의 인사, 안부

Ⓐ Chào cô. Cô có _____ không?
선생님 안녕하세요. 잘 지냈어요?

Ⓑ _____ em. Tôi _____.
고마워. 나는 잘 지내.

③ 처음 만나는 언니와 동생의 인사

Ⓐ Rất _____ được _____ chị.
만나서 반갑습니다.

Ⓑ Tôi _____ rất _____ được _____ em.
나 또한 만나서 반가워.

④ 친구와 인사, 안부

   A Chào bạn. Dạo này có _____ _____ không?
   안녕. 요즘 새로운 일 있어?

   B Chào bạn. Mình không có _____ _____ cả.
   안녕. 새로운 일 없어.

⑤ 친구와 헤어지는 인사

   A Chào bạn. _____ gặp _____ bạn.
   안녕. 또 만나자.

   B Hẹn _____ lại bạn.
   또 만나자.

⑥ 남자 선생님과 학생의 인사

   A Chào thầy. Em xin phép _____ _____ ạ.
   안녕히 계세요. 저 먼저 가겠습니다.

   B Ừ, _____ em.
   응, 잘 가.

Bài 3 Chào bạn! **49**

Ⅲ. 회화

1 만났을 때

A Chào bạn!
안녕!

B Chào bạn! Dạo này bạn có khoẻ không?
안녕! 요즘 잘 지냈어?

A Cảm ơn* bạn. Mình khoẻ, còn bạn?
고마워. 나는 잘 지냈어. 너는?

B Cảm ơn bạn. Mình vẫn bình thường.
고마워. 나는 평소와 같아.

Cám ơn으로 사용하기도 한다.

2 헤어질 때

A Chào cô. Em xin phép* đi trước ạ!
선생님 안녕히 계세요. 저 먼저 가겠습니다.

B Chào em. Em đi nhé!
안녕. 잘 가렴!

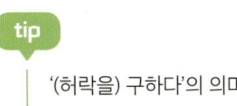

'(허락을) 구하다'의 의미

연습문제

01 다음 문장을 베트남어로 쓰세요.

① 누나/언니와 만났을 때

A _____

누나/언니 안녕하세요.

B _____

(동생) 안녕.

② 웃어른(아저씨)을 만났을 때

A _____

아저씨 안녕하세요.

B _____

안녕 얘야.

③ 친구와 헤어질 때

A _____

(친구야) 안녕.

B _____

(친구야) 안녕.

④ **여자 선생님과 헤어질 때**

A _____

안녕히 계세요. 저 먼저 가겠습니다.

B _____

안녕. 잘 가렴.

⑤ **할아버지를 만나 안부를 물을 때**

A _____

안녕하세요. 요즘 잘 지내셨어요?

B _____

고마워. 나는 평소와 같아.

⑥ **형/오빠와 헤어질 때**

A _____

안녕하세요. 요즘 잘 지내셨어요?

B _____

안녕. 잘 가렴.

Bài 4
Tôi là người Hàn Quốc.

학습 내용

① 베트남어로 이름, 국적, 직업을 묻는 어휘와 표현을 익힐 수 있다.
② là 동사의 역할을 설명하고, 긍정문, 부정문, 의문문을 만들 수 있다.
③ là 동사를 활용하여 이름, 국적, 직업 등을 묻고 답할 수 있다.

I. 어휘와 표현

1 유용한 표현

1)

Đây là + 2인칭 / 이름 / 2인칭 이름	이 분은 ~ 입니다.
đến từ + 장소(나라, 도시 등)	장소에서 오다.
Thế à?	그래요?
(Xin) Giới thiệu với + 2인칭 / 이름 / 2인칭 이름	~에게 소개하겠습니다.

2)

(Xin) Cảm ơn + 2인칭 / 이름 / 2인칭 이름 고맙습니다.	Không có chi. 천만에요
	Không có gì. 천만에요
	Có gì đâu. 천만에요
Xin lỗi + 2인칭 / 이름 / 2인칭 이름 미안합니다. / 실례합니다.	Không sao. 괜찮아요.

3) 긍정과 부정의 대답

긍정의 대답	부정의 대답
Vâng (북부) / Dạ (남부) 네	Không 아니 / 아니요.
Ừ 응	Dạ không (지역 상관없이 공손함을 나타내는) 아니요.
Phải / Dạ phải 맞아 / 맞아요	Không phải 아니야 / 아닙니다.
Dạ vâng (지역 상관없이 공손함을 나타내는) 네	Dạ Không phải (지역 상관없이 공손함을 나타내는) 아닙니다.

2 어휘

단어	뜻	단어	뜻
là	이다	Hàn Quốc	한국
làm	(일)하다	Việt Nam	베트남
tên	이름	Thái Lan	태국
gì	(의문사) 무엇	Trung Quốc	중국
nào	(의문사) 어느, 어떠한	Đức	독일
nước	나라, 물	Pháp	프랑스
người	사람	Mĩ / Mỹ	미국

단어	뜻	단어	뜻
Ý	이탈리아	bác sĩ	의사
Úc	호주	nha sĩ	치과의사
Thuỵ Sĩ	스위스	giám đốc	사장
sinh viên	(대)학생	nội trợ	주부
sinh viên trao đổi	교환학생	luật sư	변호사
nhân viên	직원	y tá	간호사
nhân viên thường trú (tại nước ngoài)	주재원	giáo viên	선생님

Bài 4 Tôi là người Hàn Quốc.

연습문제

01 빈칸에 알맞은 단어를 넣으세요.

① _____ là ông (nội) của tôi.

→ 이 분은 (친)할아버지이시다.

② Anh ấy _____ _____ Mĩ.

→ 그는 미국에서 왔다.

③ Xin _____ _____ _____ chị.

→ 누나/언니에게 소개하겠습니다.

④ _____ là bạn của tôi.

→ 여기는 제 친구예요.

⑤ Cô Mai _____ _____ Thuỵ Sĩ.

→ Mai 씨는 스위스에서 왔다.

⑥ Xin _____ _____ _____ bố.

→ 아버지에게 소개하겠습니다.

02 그림과 맞는 단어를 연결하세요.

① 　•　　　　　•　① Việt Nam

② 　•　　　　　•　② Đức

③ 　•　　　　　•　③ Úc

④ 　•　　　　　•　④ Hàn Quốc

⑤ 　•　　　　　•　⑤ Pháp

03 그림과 맞는 단어를 연결하세요.

① 　•　　　　　•　① bác sĩ

② 　•　　　　　•　② giáo viên

③ 　•　　　　　•　③ sinh viên

④ 　•　　　　　•　④ y tá

⑤ 　•　　　　　•　⑤ luật sư

II. 문법

1 이름 묻고 답하기

A **Anh ấy tên là** *gì*?

B Anh ấy tên là *Seo-jun*.

> **문형 1**
> **A** 인칭 대명사 tên + là gì?
> **B** 인칭 대명사 tên + là 이름.

> **문형 1**
> **A** Tên + 인칭 대명사 + là gì?
> **B** Tên + 인칭 대명사 + là 이름.

2 국적 묻고 답하기

A Chị là người *nước nào*?

B Tôi là người *Hàn Quốc*.

> **문형**
> **A** 인칭 대명사 + là người nước nào?
> **B** 인칭 대명사 + là người 나라 이름.

3 직업 묻고 답하기

A Chú *làm (nghề) gì*?

B Chú *là kĩ sư*.

> **문형**
> **A** 인칭 대명사 + làm (nghề) gì?
> **B** 인칭 대명사 + là / làm 직업 이름.

4 là 동사

1) 긍정문 : 주어 + là + (주격) 보어

주어(A)	là	보어(B*)
(1) Tôi		người Hàn Quốc.
(2) Tên anh ấy	là	Seo-jun.
(3) Chú		kĩ sư.

해석
(1) 나는 한국 사람이다.
(2) 그의 이름은 서준이다.
(3) 아저씨는 기술자다.

→ là 동사는 주어(A)가 보어(B)임을 서술해 주며, 'A=B이다'라고 해석한다.

2) 부정문 : 주어 + không phải là + (주격) 보어

주어(A)	không phải là	보어(B*)
(1) Tôi		người Hàn Quốc.
(2) Tên anh ấy	không phải là	Seo-jun.
(3) Chú		kĩ sư.

해석
(1) 나는 한국 사람이 아니다.
(2) 그의 이름은 서준이 아니다.
(3) 아저씨는 기술자가 아니다.

→ là 동사는 주어(A)가 보어(B)와 같지 않음을 서술해 주며, 'A≠B이다'라고 해석한다.

3) 의문문

Q	1) 주어 + có phải là + 보어 + không? 2) 주어 + là + 보어 + phải không?
A	+) Phải. / Vâng. -) Không. / Không phải.

→ 'có phải là ~ không?'과 '~ phải không?'는 주어(A)가 보어(B)인지를 묻는 의문문으로 'A=B입니까?/맞습니까?'라고 해석한다.

 예문

1)

주어	có phải là	보어	không*?
(1) Chị		người Hàn Quốc	
(2) Tên anh ấy	có phải là	Seo-jun	không?
(3) Chú		kĩ sư	

해석
(1) 누나/언니는 한국 사람입니까?
(2) 그의 이름은 서준입니까?
(3) 아저씨는 기술자입니까?

2)

주어	là	보어	phải không*?
(1) Chị		người Hàn Quốc	
(2) Tên anh ấy	là	Seo-jun	phải không?
(3) Chú		kĩ sư	

해석
(1) 누나/언니는 한국 사람 맞습니까?
(2) 그의 이름은 서준 맞습니까?
(3) 아저씨는 기술자 맞습니까?

연습문제

01 다음 문장을 부정문으로 바꾸세요.

① Tên anh ấy là Hùng.

→ _____

② Cô là người Mĩ.

→ _____

③ Ông ấy là giáo viên.

→ _____

02 빈칸에 알맞은 단어를 넣으세요.

① 남자 선생님과의 대화

🅐 Em là _____ Nhật Bản _____ _____?
너는 일본 사람이 맞니?

🅑 Dạ không phải.
아닙니다.

② 친구와의 대화

A Tên bạn _____ Ha-eun phải không?

네 이름이 하은이 맞지?

B Phải.

맞아.

③ 형과의 대화

A Anh là sinh viên _____ _____?

형은 대학생이 맞지요?

B Không phải. Tôi _____ nhân viên công ti VN.

아니. 나는 VN 회사 직원이야.

④ 웃어른(cô)과의 대화

A Cô tên là Hà. Em tên _____ _____?

내 이름은 Hà야. 네 이름은 뭐니?

B Dạ, em tên là Su-min.

네, 제 이름은 수민입니다.

III. 회화

1 친구의 이름과 국적을 물어보는 대화

A Chào bạn!

안녕!

B Chào bạn. Tôi tên là Hương. Bạn tên là gì?

안녕. 내 이름은 Hương이야.

A Tôi tên là Seo-jun. Tôi là người Hàn Quốc. Còn bạn?

내 이름은 서준이야. 나는 한국 사람이야. 너는?

B Tôi là người Việt Nam.

나는 베트남 사람이야.

2 직업을 물어 보는 대화

A Dạo này chị làm gì?
요즘 누나는 뭐 하세요?

B Tôi vẫn làm nha sĩ ở bệnh viện VN. Còn bàn?
나는 여전히 VN 병원에서 치과의사로 일 해. 너는?

A Em là sinh viên năm thứ 3.
저는 대학교 3학년이에요.

B Em cố gắng học nhé.
열심히 공부하렴.

A Vâng. Cảm ơn chị.
네. 감사해요.

연습문제

01 다음 문장을 베트남어로 바꾸세요.

① 그의 이름은 Hùng 입니다.

→ _____

② (여) 선생님은 미국 사람입니다.

→ _____

③ Mai 씨는 선생님입니다.

→ _____

02 빈칸에 알맞은 단어를 넣으세요.

① 형과의 대화

A Anh _____ là gì?
형 이름은 뭐예요?

B Tôi _____ là Tuấn.
내 이름은 Tuấn이야.

② 친구와의 대화

A Bạn _____ là gì?

네 이름이 뭐야?

B Tôi _____ là Ha-eun.

내 이름은 하은이야.

③ 웃어른(chú)과의 대화

A Chú là người _____ _____?

아저씨는 어느 나라 사람이에요?

B Tôi là người Thái Lan.

나는 태국 사람이야.

④ 여자 선생님과의 대화

A Cô là người _____ _____?

선생님은 어느 나라 사람이에요?

B Tôi là người Pháp.

나는 프랑스 사람이야.

5 웃어른(bác)과의 대화

A Bác _____ (nghề) gì?

아저씨의 직업은 뭐예요?

B Tôi làm luật sư.

나는 변호사야.

6 언니와의 대화

A Chị _____ (nghề) gì?

언니의 직업은 뭐예요?

B Tôi làm y tá.

나는 간호사야.

7 할머니와의 대화

A Bà là _____ _____ nào?

할머니는 어느 나라 사람이에요?

B Bà là người Úc.

나는 호주 사람이야.

Bài 5
Cái này là cái bút.

학습 내용

1. 분류사와 지시사(지시대명사, 지시형용사)를 익혀 사용할 수 있다.
2. 분류사와 지시사의 역할을 이해하고 활용하여 문장을 만들 수 있다.
   의문사 gì(무엇)를 이용하여 문장을 만들 수 있다.
3. 분류사와 지시사를 활용하여 문장을 만들어 말할 수 있다.

I. 어휘와 표현

1 분류사

: 명사는 그 성질에 따라 고유한 분류사를 갖고 있으며, 함께 사용하는 것이 일반적이다.

분류사의 종류		분류사	예
동물		con	con chim(새), con chó(개), con mèo(고양이)
사물	일반 사물	cái	cái bút(볼펜), cái bàn(책상), cái ghế(의자)
		chiếc	chiếc xe hơi(자동차*), chiếc xe đạp(자전거), chiếc la bàn(나침반)
	종이류	tờ	tờ giấy(종이), tờ báo(신문)
	책 종류	quyển*	quyển sách(책), quyển lịch(달력), quyển từ điển(사전)
	과일, 둥근 사물	quả*	quả xoài(망고), quả chuối(바나나), quả bóng(공)
	쌍, 짝	đôi	đôi tất(양말), đôi giày(신발)
	알, 장	viên	viên kẹo(사탕), viên gạch(벽돌)
	병	chai	chai sữa(우유), chai bia(맥주)
	한 벌 세트	bộ	bộ quần áo(옷 한 벌), bộ ấm chén(다기세트)
예외		con	con đường(길), con dao(칼), con sông(강)

* 자동차: xe ô tô로도 사용한다.
* quyển: 남부에서는 cuốn을 주로 사용한다.
* quả: 남부에서는 trái를 주로 사용한다

2 지시사

지시대명사	뜻	지시형용사	뜻
đây	이것	này	이
kia	저것	kia	저
đó	그것	đó	그

tip
베트남어의 đây, kia, đó는 사물 뿐 아니라 사람, 장소에도 사용한다.

3 지시형용사의 문형

1) 분류사 + 지시사

예) cái này

2) 분류사 + 명사 + 지시사

예) cái bút này

3) 명사 + 지시사

예) bút này

4 숫자

1	một	6	sáu
2	hai	7	bảy
3	ba	8	tám
4	bốn	9	chín
5	năm	10	mười

연습문제

01 다음 그림과 맞는 단어를 연결하세요.

①  •   • ① cái giường

②  •   • ② con hổ

③  •   • ③ con khỉ

④  •   • ④ cái đồng hồ

⑤  •   • ⑤ chai bia

02 다음 그림과 맞는 단어를 연결하세요.

① •   • ① chiếc la bàn

② •   • ② bức tranh

③ •   • ③ đôi giày

④ •   • ④ viên gạch

⑤ •   • ⑤ con sông

03 다음 그림과 맞는 단어를 연결하세요.

① 🔪 •   • ① tờ báo

② 🍭 •   • ② con chó

③ 📰 •   • ③ viên kẹo

④ 🍞 •   • ④ con dao

⑤ 🐶 •   • ⑤ quả xoài

04 다음 그림과 맞는 단어를 연결하세요.

① ☕ •   • ① quyển lịch

② 📅 •   • ② cái ghế

③ 🪑 •   • ③ bộ ấm chén

④ 🐱 •   • ④ chiếc xe đạp

⑤ 🚲 •   • ⑤ con mèo

II. 문법

1 지시사의 역할

1) 분류사 + 지시형용사 : 주어, 목적어로 사용한다.

사용법	예문
주어	Q: **Cái này** là cái gì? = **Đây** là cái gì? 이것은 무엇입니까? A: **Cái này** là cái bút. = **Đây** là cái bút. 이것은 볼펜입니다
목적어	Cho tôi 3 **cái này**. 나에게 이것 3개를 줘. Anh Kim mua 2 **quyển đó**. 김 형(오빠)은 그 책 2권을 샀다.

2) 분류사 + 명사 + 지시형용사 : 주어, 목적어로 사용한다.

사용법	예문
주어	**Con chó kia** tên là Maru. 저 개의 이름은 마루(Maru)이다. **Cái bút này** của chị Mai. 이 볼펜은 Mai 누나/언니의 것이다.
목적어	Cho tôi 5 **viên kẹo đó**. 저에게 그 사탕 5알 주세요. Em sẽ gửi **bức thư này** cho bố mẹ em. 나는 부모님에게 이 편지를 보낼 것이다.

2 지시사의 쓰임

Là 서술어와 의문사 gì(무엇, 무슨)을 활용한 문형이다.

1) 긍정문과 부정문

	문형	예문
긍정문	┌ 지시대명사 ├ 분류사 + 지시형용사 └ 분류사 + 명사 + 지시형용사 ┤ + là + 무엇	Đây là quyển sách tiếng Việt. 이것은 베트남어 책입니다. Quyển này là quyển sách tiếng Việt. 이것은 베트남어 책입니다. Quyển sách này là quyển sách tiếng Việt. 이 책은 베트남어 책입니다.
부정문	┌ 지시대명사 ├ 분류사 + 지시형용사 └ 분류사 + 명사 + 지시형용사 ┤ + không phải là + 무엇	Đây không phải là quyển sách tiếng Việt. 이것은 베트남어 책이 아닙니다. Quyển này không phải là quyển sách tiếng Việt. 이것은 베트남어 책이 아닙니다. Quyển sách này không phải là quyển sách tiếng Việt. 이 책은 베트남어 책이 아닙니다.

2) 의문문

	문형
1	Q: ┌ 지시대명사 ├ 분류사 + 지시형용사 └ 분류사 + 명사 + 지시형용사 ┤ + là + gì? A: ┌ 지시대명사 ├ 분류사 + 지시형용사 └ 분류사 + 명사 + 지시형용사 ┤ + là + 무엇
2	Q: ┌ 지시대명사 ├ 분류사 + 지시형용사 └ 분류사 + 명사 + 지시형용사 ┤ + là + 무엇 + phải không? A: +) Phải / Dạ phải… -) Không phải / Dạ không phải…

3	Q: ┌ 지시대명사 　├ 분류사+지시형용사　┤ +có phải là + 무엇 + không? 　└ 분류사+명사+지시형용사 A: +) Phải / Dạ phải... 　　-) Không phải / Dạ không phải...	

예문

1	Q: Đây là gì? 　Quyển này là quyển gì? 　Quyển sách này là quyển gì? A: Đây là quyển sách tiếng Việt. 　Quyển này là quyển sách tiếng Việt. 　Quyển sách này là quyển sách tiếng Việt.	이것은 무엇입니까? 이것은 무엇입니까? 이 책은 무엇입니까? 이것은 베트남어 책입니다. 이것은 베트남어 책입니다. 이 책은 베트남어 책입니다.
2	Q: Đây là quyển sách tiếng Việt phải không? 　Quyển này là quyển sách tiếng Việt phải không? 　Quyển sách này là quyển sách tiếng Việt phải không? A: +) Phải / Dạ phải... 　　-) Không phải / Dạ không phải...	이것은 베트남어 책이 맞습니까? 이것은 베트남어 책이 맞습니까? 이 책은 베트남어 책이 맞습니까?
3	Q: Đây có phải là quyển sách tiếng Việt không? 　Quyển này có phải là quyển sách tiếng Việt không? 　Quyển sách này có phải là quyển sách tiếng Việt không? A: +) Phải / Dạ phải... 　　-) Không phải / Dạ không phải...	이것은 베트남어 책입니까? 이것은 베트남어 책입니까? 이 책은 베트남어 책입니까?

* 의문사 gì(무엇, 무슨)외에 ai(누구), đâu(어디) 등과 함께 사용할 수 있다.

1) Q: Xe đạp kia là của ai?
　　저 자전거는 누구의 것입니까?

　A: Xe đạp kia là của bạn Lan.
　　저 자전거는 Lan의 것입니다.

2) Q: Em mua quyển sách này ở đâu?
　　너는 이 책을 어디에서 샀어?

　A: Em mua quyển sách này ở hiệu sách Kyobo.
　　저는 이 책을 교보문고에서 샀어요.

연습문제

01 다음 문장을 베트남어로 쓰세요.

① 이것은 책상입니다. (지시대명사)

→ _____

② 저것은 무엇입니까? (지시대명사)

→ _____

③ 이것은 새가 맞습니까? (지시형용사)

→ _____

④ 그것은 망고가 아닙니다. (지시형용사)

→ _____

⑤ Tuấn 형은 양말 한 켤레를 샀다.

→ _____

⑥ 나에게 저 신발 한 켤레를 주세요.

→ _____

⑦ 이것은 고양이가 맞습니까? (지시형용사)

→ _____

⑧ Mai 선생님에게 달력 하나를 드리세요.

→ _____

⑨ 나에게 맥주 두 병 주세요.

→ _____

⑩ 나는 강아지 한 마리를 갖고 있다.

→ _____

02 다음 대화를 베트남어로 쓰세요.

① Q : 저것은 무엇입니까? (지시대명사)

→ _____

A : 저것은 고양이입니다.

→ _____

② Q : 저것은 망고입니까? (지시형용사)

→ _____

A : 아니오, 저것은 공입니다.

→ _____

③ Q : 저것은 원숭이가 맞습니까? (지시형용사)

→ _____

A : 아니요, 저것은 호랑이입니다.

→ _____

④ Q : 그것은 편지가 맞습니까? (지시대명사)

→ _____

A : 네, 그것은 편지입니다.

→ _____

III. 회화

1 사물에 관해 묻고 답하는 선생님과 학생과의 대화

A Cô ơi, cái này là cái gì?
선생님 이것은 무엇인가요?

B À, cái này là cái bút chì.
아, 이것은 연필이야.

A Còn con kia trong tiếng Việt gọi là gì?
그리고 저것은 베트남어로 무엇이라고 부르나요?

B Con này trong tiếng Việt gọi là con hổ.
이것은 베트남어로 '껀 호(호랑이)'라고 불러.

A Thế quả này trong tiếng Việt gọi là quả cam phải không?
그리고 이 과일은 베트남어로 '깜(오렌지)' 맞지요?

B Không phải, quả này trong tiếng Việt gọi là quả quýt.
아니, 이 과일은 베트남어 '꾸잇(귤)'이라고 해.

2 친구와의 대화

A Bạn có từ điển Việt - Hàn không?
너 베-한 사전 갖고 있어?

B Có. Mình có 1 quyển từ điển Việt - Hàn.
응. 나 베-한 사전 1권 있어.

A Thế thì, mình mượn từ điển này được không?
그럼, 내가 이 사전을 빌릴 수 있어?

B Được bạn.
응(가능해).

A Cảm ơn bạn.
고마워.

> **tip**
>
> **được không**
> '~ được không?'은 가능, 허락을 구하는 표현으로 긍정의 대답은 'được', 부정의 대답은 'không được'이다.

연습문제

01 다음 문장을 베트남어로 쓰세요.

① 이것은 공입니다.(지시대명사)
→ _____

② 저 종이는 신문이 아닙니다.(지시형용사)
→ _____

③ 베트남사람은 이것을 '껀 자오(칼)'이라고 부릅니다.
→ _____

④ Nam 선생님은 사전 2권을 갖고 있다.
→ _____

⑤ 한국 사람은 이 개를 진돗개(chó Jindo)라고 부른다.
→ _____

⑥ 저것은 사과가 아닙니다.(지시대명사)
→ _____

⑦ 그 의자는 내 아버지의 것입니다.
→ _____

⑧ 나 또한 그 책을 읽었다.
→ _____

⑨ Q : 이것은 공입니까?(지시형용사)

→ _____

A : 네, 이것은 공입니다.

→ _____

⑩ Q : 저것은 침대입니까?(지시대명사)

→ _____

A : 아니요, 저것은 그림입니다.

→ _____

Bài 6

Cái này là cái bút.

학습 내용

1. 복수 인칭대명사와 다양한 명사를 익혀 실생활에서 활용할 수 있다.
2. 명사와 함께 사용되는 có를 이용하여 소유와 존재의 문장을 만들 수 있다. 의문사 gì(무엇)를 이용하여 문장을 만들 수 있다.
3. 명사의 소유와 존재를 표현하는 문형을 활용하여 문장을 말할 수 있다.

Ⅰ. 어휘와 표현

1 복수 인칭 대명사

1인칭 복수	2인칭 복수	3인칭 복수
chúng tôi 우리 chúng ta 우리 chúng mình 우리 chúng em 저희 chúng cháu 저희	· các bạn 너희 · các em 너희 ┌ các anh 형/오빠들 └ các chị 누나/언니들 ┌ các thầy 남자 선생님들 └ các cô 여자 선생님들 ┌ các chú (젊은) 아저씨들 └ các cô (젊은) 아주머니들 · các bác 아저씨/아주머니들 ┌ các ông 할아버지들 └ các bà 할머니들	2인칭 복수 + ấy

* 2인칭 복수는 'các + 2인칭 단수'이고, 3인칭 복수는 '2인칭 복수 + ấy'이다.
* Chúng tôi는 듣는 사람(상대방)을 포함하지 않는 '우리'를 표현하며, chúng ta는 듣는 사람을 포함하는 '우리'를 표현한다.

2 다양한 명사

명사	뜻	명사	뜻
bàn trang điểm	화장대	gương	거울
bình hoa	꽃병	ghế sofa	소파
bút bi	볼펜	kính	안경, 유리
bút chì	연필	khăn	수건
cốc	컵	máy lạnh (=điều hoà)	에어컨
cửa sổ	창문	máy vi tính	컴퓨터
chậu hoa	화분	máy tính xách tay	노트북

명사	뜻	명사	뜻
ngăn kéo	서랍	túi xách	가방
phim	영화	vở	공책
phòng bếp	부엌	xe máy	오토바이
phòng khách	거실	đọc	읽다
tủ quần áo	옷장	xem	보다
tủ sách	책장	đồng hồ	시계

가까운 시간 표현

그제	어제	오늘	내일	모레
hôm kia	hôm qua	hôm nay	ngày mai	ngày kia

예문

1) **Hôm qua** tôi đọc sách *Nỗi buồn chiến tranh*.

   어제 나는 <전쟁의 슬픔>을 읽었다.

2) **Ngày mai** chúng ta đi xem phim.

   내일 우리는 영화를 보러 갈 것이다.

3) **Hôm nay** tôi học tiếng Đức.

   오늘 나는 독일어를 공부한다.

4) **Ngày kia** gia đình tôi đi Hà Nội.

   모레 내 가족은 하노이에 간다.

연습문제

01 다음 그림과 맞는 단어를 연결하세요.

① •　　　　　　　　　　　• ① tủ quần áo

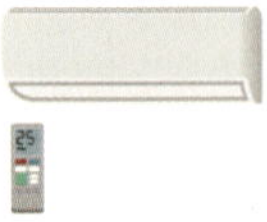

② •　　　　　　　　　　　• ② máy lạnh

③ •　　　　　　　　　　　• ③ túi xách

④ •　　　　　　　　　　　• ④ bình hoa

⑤ •　　　　　　　　　　　• ⑤ bàn trang điểm

02 다음 그림과 맞는 단어를 연결하세요.

① •　　　　　　　　　　　• ① chậu hoa

② •　　　　　　　　　　　• ② gương

③ •　　　　　　　　　　　• ③ ngăn kéo

④ •　　　　　　　　　　　• ④ xe máy

⑤ •　　　　　　　　　　　• ⑤ đọc

03 다음 그림과 맞는 단어를 연결하세요.

① ●　　　　　　　　　● ① bút chì

② ●　　　　　　　　　● ② tủ sách

③ ●　　　　　　　　　● ③ cửa sổ

④ ●　　　　　　　　　● ④ máy tính xách tay

⑤ ●　　　　　　　　　● ⑤ xem

04 빈칸에 알맞은 단어를 넣으세요.

① _____ _____ tôi ăn phở với(~과/와 함께) bạn.

→ 어제는 나는 친구와 함께 쌀국수를 먹었다.

② _____ _____ bố tôi đi công tác(출장).

→ 내일 (내) 아버지는 출장 가신다.

③ _____ _____ chị Mai đến(오다) nhà tôi.

→ 오늘 Mai 언니가 내 집에 왔다.

Bài 6 Cái này là cái bút. **91**

II. 문법

1 소유와 존재의 có

1) 소유 : 명사와 함께 사용되어 '~이 있다', '~을 가지고 있다'의 의미를 나타낸다.

	문형	예문
긍정	주어 + có + 명사	Chị ấy *có* 3 quyển sách. 그녀는 책 세권을 갖고 있다. Anh Tuấn *có* xe máy. Tuấn 형/오빠는 오토바이를 갖고 있다.
부정	주어 + không có + 명사	Chị ấy *không có* 3 quyển sách. 그녀는 책 세권을 갖고 있지 않다. Anh Tuấn *không có* xe máy. Tuấn 형/오빠는 오토바이를 갖고 있지 않다.

	문형	예문

질문	Q : 주어 + có + 명사 + không?
	A : +) Có.
	   -) Không.
		Q : Chị ấy *có* quyển sách này *không*?
		그녀는 책을 갖고 있나요?
		A : +) Có.
		   -) Không.
		Q : Anh *có* xe máy *không*?
		형/오빠는 오토바이를 갖고 있나요?
		A : +) Có.
		   -) Không.

2) 존재 : 명사와 함께 사용되어 '~이 있다', '~을 가지고 있다'의 의미를 나타낸다.

문형	해석	예문
Trên ~ có + 명사	~위에 ~가/이 있다.	*Trên* bàn *có* sách tiếng Việt. 책상 위에 베트남어 책이 있다.
Trong ~ có + 명사	~안에 ~가/이 있다.	*Trong* phòng *có* tủ quần áo. 방 안에 옷장이 있다.
Dưới ~ có + 명사	~아래에 ~가/이 있다.	*Dưới* ghế *có* 1 con chó. 의자 아래 강아지 한 마리가 있다.
Bên cạnh ~ có + 명사	~옆에 ~가/이 있다.	*Bên cạnh* giường *có* máy lạnh. 침대 옆에 에어컨이 있다.

Giữa ~ và ~ có + 명사	~과/와 ~사이에 ~가/이있다.	***Giữa*** phòng khách ***và*** phòng ngủ có phòng bếp. 거실과 침실 사이에 부엌이 있다.

2 의문사 gì (무엇)

1) 동사 + gì?

문형	예문

Q : 주어 + 동사 + **gì**?
A : 주어 + 동사 + 무엇.
	1) Q : Anh đang* ăn ***gì***?
	   A : Tôi / Anh đang ăn ***phở***.
	2) Q : Chị Lan học ***gì***?
	   A : Chị ấy học ***tiếng Pháp***.

해석
1) Q : 형/오빠는 무엇을 먹고 있어요?
   A : 나는 퍼(쌀국수)를 먹고 있어.
2) Q : Lan 언니/누나는 무엇을 공부하나요?
   A : 그녀는 프랑스어를 공부해.

2) 동사 + 명사 + gì?

문형	예문

Q : 주어 + 동사 + 명사 + **gì**?
A : 주어 + 동사 + 명사 + 무엇.
	1) Q : Anh đọc sách ***gì***?
	   A : Tôi / Anh đọc sách ***<Nỗi buồn chiến tranh>***.
	2) Q : Chúng ta đi xem phim ***gì***?
	   A : Chúng ta đi xem phim ***<Em là bà nội của anh>***.

해석
1) Q : 형/오빠는 무슨 책을 읽어요?
   A : 나는 <전쟁의 슬픔>을 읽어.
2) Q : 우리는 무슨 영화를 보러 가?
   A : 우리는 <내가 니 할매다>를 보러 가.

3) có + (những) + gì?

문형	예문

Q : 주어 có + (những) + **gì**?
A : 주어 + có + 무엇.
	1) Q : Trên bàn ***có những**** ***gì***?
	   A : Trên bàn ***có máy tính xách tay và sách tiếng Việt***.
	2) Q : Trong phòng khách ***có những gì***?
	   A : Trong phòng khách ***có ghế sofa và ti vi…***

해석
1) Q : 책상 위에 무엇들이 있나요?
   A : 책상 위에는 노트북과 베트남어 책이 있습니다.
2) Q : 거실에는 무엇들이 있나요?
   A : 거실에는 소파와 TV가 있습니다.

* đang은 현재 진행을 나타낼 때 사용한다.

* những은 명사의 복수형을 만들 때 사용한다.

연습문제

01 다음 문장을 베트남어로 쓰세요.

① Hùng 형/오빠는 노트북을 갖고 있다.
→ _____

② 나는 고양이 한 마리를 갖고 있다.
→ _____

③ Mai 누나/언니는 오토바이가 없다.
→ _____

④ Tuấn은 베-영 사전이 없다.
→ _____

⑤ Q : 너(cậu)는 연필을 갖고 있어?

A : 아니, 나(tớ)는 볼펜이 있어.

→ _____

02 빈칸에 알맞은 단어를 넣으세요.

① _____ bếp có tủ lạnh
→ 부엌 안에는 냉장고가 있다.

② _____ giường có va li.
→ 침대 아래에 여행가방이 있다.

③ _____ tủ sách có đồng hồ.

→ 책장 위에 시계가 있다.

④ _____ _____ giường có bàn trang điểm.

→ 침대 옆에 화장대가 있다.

⑤ _____ bàn _____ tủ quần áo có chậu hoa.

→ 책상과 옷장 사이에 화분이 있다.

03 다음 문장을 베트남어로 쓰세요.

① Q : 누나/언니는 무엇을 먹나요?

A : 나는 분짜(bún chả)를 먹고 있어.

→ _____

② Q : 너(cậu)는 무슨 영화를 보니?

A : 나(tớ)는 '도리를 찾아서(Đi tìm Dory)'를 보고 있어.

→ _____

③ Q : 방 안에는 무엇들이 있나요?

A : 방 안에는 책상, 의자와 에어컨이 있습니다.

→ _____

Bài 6 Cái này là cái bút.

III. 회화

1 Phòng của em Seo-jun. (서준의 방)

Đây là phòng của em Seo-jun.
이곳은 서준의 방입니다.

Trong phòng có một cái bàn và một cái ghế.
방 안에는 책상 하나와 의자 한 개가 있습니다.

Bên cạnh cái ghế có một cái túi xách.
의자 옆에는 책가방이 하나 있습니다.

Bên cạnh cái bàn có hai cái tủ sách.
책상 옆에는 낮은 책장 두 개가 있습니다.

Trên tủ sách có một bình hoa và một cái đồng hồ.
책장 위에는 화병 한 개와 시계 하나가 있습니다.

Bên phải phòng có một cái giường và phía trên giường có một bức tranh.
방의 오른편에는 침대가 하나 있고, 침대 위에는 그림 하나가 걸려 있습니다.

Bên cạnh cái giường có một cái điều hoà.
침대 옆에는 에어컨이 있습니다.

2 친구와의 대화

A Trên bàn của cậu có những gì?
너의 책상 위에는 무엇이 있어?

B Trên bàn của tớ có một cái máy tính xách tay và một quyển sách tiếng Hàn.
내 책상 위에는 노트북 하나와 한국어 교재가 있어.

A Thế dưới bàn có những gì?
그럼 책상 아래에는 무엇이 있어?

B Dưới bàn có một ngăn kéo và bên cạnh ngăn kéo có một con mèo.
책상 아래에는 서랍이 있고, 서랍 옆에 고양이 한 마리가 있어.

연습문제

01 다음 그림을 보고 베트남어로 문장을 만드세요.

그림 출처
https://cdn.pixabay.com/
photo/2018/11/27/04/49/adult-
coloring-3840763_960_720.jpg

① 방 안에는 침대, 테이블과 의자 2개가 있다.

→ _____

② 침대 위에 그림이 3개 있다.

→ _____

③ 테이블 위에 물병(bình nước)과 컵이 있다.

→ _____

④ 침대 위에 베개(gối) 2개가 있다.

→ _____

⑤ 테이블과 의자 위에 창문이 있다.

→ _____

⑥ 창문 옆에 거울이 있다.

→ _____

02 다음 그림을 보고 베트남어로 문장을 만드세요.

테이블 위에 시계와 작은(nhỏ) 화분이 있다.
→ _____

공책(vở) 위에 안경이 있다.
→ _____

테이블 위에 공책(vở)와 볼펜이 있다.
→ _____

테이블 위에 노트북과 컵이 있다
→ _____

Bài 7
Quả xoài này ngon quá!

> **학습 내용**
>
> ① 정도 부사의 쓰임과 다양한 형용사를 익혀 실생활에서 활용할 수 있다.
> ② 형용사를 활용한 문장과 동등 비교, 우등 비교, 최상급 문장을 만들 수 있다.
>   의문사 ai(누구)를 활용하여 문장을 만들 수 있다.
> ③ 형용사를 활용한 문장과 동등 비교, 우등 비교, 최상급을 활용한 문장을 읽을 수 있다.

I. 어휘와 표현

1 정도 부사

형용사, 일부 동사를 강조하기 위해 사용하며 형용사, 동사 앞이나 뒤에 위치한다.

매우	rất + 형용사 / 일부 동사	Phim này *rất* hay. 이 영화는 매우 재미있다.
	형용사 / 일부 동사 + lắm / quá	Phim này hay *lắm* / *quá*. 이 영화는 매우 재미있다.
꽤	khá + 형용사 / 일부 동사	Phim này *khá* hay. 이 영화는 꽤 재미있다.
약간	hơi + 형용사 / 일부 동사	Phim này *hơi* chán. 이 영화는 약간 지루하다.
별로 ~ 없는	không + 형용사 / 일부 동사 + lắm	Phim này *không* hay *lắm*. 이 영화는 별로 재미없다.

* quá가 앞에 위치하면 정도나 한계를 지나치게 넘었음을 강조한다.
  예) Cái túi xách này *quá* đắt. (이 가방은 (지나치게) 매우 비싸다.)

2 다양한 형용사

형용사	뜻		형용사	뜻
nóng	더운, 뜨거운		lạnh	추운
béo	살찐, 통통한	↔	gầy	마른
đẹp	아름다운		xấu	못생긴
tốt	좋은		xấu	나쁜
khoẻ	건강한		yếu	약한, 연약한
cao	높은, 키가 큰		thấp	낮은, 키가 작은
to	커다란		nhỏ	작은

rộng	넓은	↔	hẹp	좁은
trẻ	젊은, 어린		già	나이가 든
mới	새로운		cũ	오래된
nặng	무거운		nhẹ	가벼운
đắt	비싼		rẻ	값싼
dài	긴		ngắn	짧은
nhanh	빠른		chậm	느린
dày	두꺼운		mỏng	얇은

3 그 외의 단어

어휘	뜻	어휘	뜻
em gái	여동생	học	공부하다
lớp	교실, 학급	mua	사다
mùi	냄새	thử	~해보다
sầu riêng	두리안	à	(문미) phải không?
giỏi	잘하는	đều	모두, 전부
khó chịu	참기 힘든	đi	가다
lạ	낯선, 이상한		가벼운 명령
ngon	맛있는	hay	재미있는

연습문제

01 다음 단어의 반의어를 찾아서 연결하세요.

1)

① béo   •   • ① mỏng

② khoẻ   •   • ② lạnh

③ to   •   • ③ hẹp

④ nóng   •   • ④ yếu

⑤ dày   •   • ⑤ gầy

⑥ rộng   •   • ⑥ nhỏ

2)

① tốt   •   • ① cũ

② cao   •   • ② nhẹ

③ trẻ   •   • ③ xấu

④ mới   •   • ④ chậm

⑤ nặng   •   • ⑤ thấp

⑥ nhanh   •   • ⑥ già

02 빈칸에 알맞은 정도 부사를 넣으세요.

① Anh Tuấn học giỏi _____.

→ Tuấn 형/오빠는 공부를 매우 잘한다.

② Điện thoại thông minh mới này _____ đắt.

→ 이 새로운 스마트폰은 꽤 비싸다.

③ Tiểu thuyết này _____ hay _____.

→ 이 소설은 별로 재미있지 않다.

④ Áo màu trắng kia _____ đắt.

→ 저 흰색 옷은 약간 비싸다.

⑤ Phở bò của nhà hàng này _____ ngon.

→ 이 식당의 소고기 쌀국수는 매우 맛있다.

⑥ Máy vi tính xách tay đó _____ nặng.

→ 이 노트북은 매우(지나치게) 무겁다.

⑦ Con chó tôi _____ dễ thương.

→ 내 강아지는 매우 귀엽다.

Ⅱ. 문법

1 형용사

서술어 없이 주어 다음에 위치하며, 형용사가 서술어의 역할을 한다.

	문형	예문
긍정문	주어 + 형용사	Phòng này *sạch*. 이 방은 깨끗하다. Quả xoài này *ngon* quá! 이 망고는 매우 맛있다.
부정문	주어 + không + 형용사	Phòng này *không sạch*. 이 방은 깨끗하지 않다. Quả xoài này *không ngon*. 이 망고는 맛있지 않다.

	문형	예문
의문문	Q : 주어 + có + 형용사 + không? A : +) Có. 　　-) Không.	Q : Quyển sách này *có* hay *không*? 　이 책은 재미있나요? A : +) Có, quyển sách này hay quá! 　　네, 이 책은 매우 재미있습니다. 　-) Không. 　　아니요 Q : Hoa này (*có*) đẹp *không*? 　이 꽃은 아름다운가요? A : +) Có, hoa này đẹp lắm. 　　네, 이 꽃은 매우 아름다워요. 　-) Không, hoa này không đẹp lắm. 　　아니요, 이 꽃은 별로 아름답지 않아요.

* 의문문에서 có는 생략할 수 있다.

2 동등 비교

문형	예문
A + 형용사 + bằng / như + B.	- Phòng này rộng **bằng** phòng kia. 　이 방은 저 방만큼 넓다. - Quyển sách này dày **như** quyển sách kia. 　이 책은 저 책만큼 두껍다.

* 같거나 비슷한 정도를 나타내는 동등비교에서는 bằng(~만큼, ~같은)과 như(~처럼, ~같은) 를 사용한다.

1) 비교대상인 주어를 복수로 만드는 동등 비교

문형	예문
A và B + 형용사 + bằng / như nhau.	- Anh Park và anh Mark béo **như nhau**. 　박씨와 마크씨는 똑같이 뚱뚱하다. - Phòng này và phòng kia **rộng bằng nhau**. 　이 방과 저 방은 똑같이 넓다.

2) 나이와 갖고 있는 돈이 같을 경우의 동등 비교

문형	예문
A và B + bằng 나이/돈 nhau.	- Bố và mẹ tôi **bằng tuổi nhau**. 　내 아버지와 어머니는 나이가 같다. - Cái áo này và đôi giày đó **bằng tiền nhau**. 　이 옷과 저 신발은 돈(가격)이 같다.

3 우등 비교

1) 비교 단위가 없는 우등 비교

문형	예문

A + 형용사 + hơn + B.	- Chị Lan cao *hơn* tôi.
	  Lan 누나/언니는 나보다 키가 크다.
	- Chị Lan lớn *hơn* em Mai.
	  Lan 누나/언니는 Mai 보다 나이가 많다.

2) 비교 단위가 있는 우등 비교

문형	예문

A (+ 형용사) + hơn + B + 단위.	- Chị Lan (cao) *hơn* tôi 5cm.
	  Lan 누나/언니는 나보다 5cm 크다.
	- Chị Lan (lớn) *hơn* em Mai 2 tuổi.
	  Lan 누나/언니는 Mai보다 두 살 많다.

4 최상급

1) nhất, hơn cả를 사용한다.

문형	예문

주어 + 형용사 + nhất.	- Trong lớp tôi, Seo-jun cao *nhất*.
	  내 교실에서 서준이 가장 (키가) 크다.
	- Mùa này quả măng cụt ngon *nhất*.
	  이 계절에 망고스틴이 가장 맛있다.

주어 + 형용사 + hơn cả.	- Trong lớp tôi, Seo-jun cao *hơn cả*.
	  내 교실에서 서준이 가장 (키가) 크다.
	- Mùa này quả măng cụt ngon *hơn cả*.
	  이 계절에 망고스틴이 가장 맛있다.

2) 나이의 최상급 표현

	문형	예문
가장 적음	주어 + trẻ(nhỏ) + nhất.	Em Hồng *trẻ nhất*. Hồng이 가장 어리다.
	주어 + ít tuổi + nhất.	Em Hồng *ít tuổi nhất*. Hồng이 가장 나이가 적다.
가장 많음	주어 + già(lớn) + nhất.	Chị Mai *già nhất*. Mai 누나/언니가 가장 늙었다.
	주어 + nhiều tuổi + nhất.	Chị Mai *nhiều tuổi nhất*. Mai 누나/언니가 가장 나이가 많다.

5 의문사 ai

주어 자리에서 사용되면 '누가'의 의미이며, 목적어 자리에서 사용되면 '누구'의 의미이다.

	문형	예문
주어 자리	Q : Ai + 형용사/동사? A : 대상 + 형용사/동사.	Q : Trong lớp, *ai* cao nhất? 반에서 누가 가장 키가 큽니까? A : Trong lớp, *bạn Seo-jun* cao nhất. 반에서 서준이 가장 큽니다. Q : Trong lớp, *ai* là người Việt Nam? 반에서 누가 베트남 사람이니? A : *Bạn Lâm* là người Việt Nam. Lâm이 베트남 사람이야.

∗ 목적어 자리에 사용되는 'ai'는 Bài 8에서 설명함.

연습문제

01 다음 표를 보고 질문에 답하세요.

	Tên	Tuổi	Chiều cao	Cân nặng
1	Lan	28	1m 55	47kg
2	Eun-ha	30	1m 68	52kg
3	Hoa	28	1m 63	52kg

① Eun-ha và Hoa bằng tuổi nhau phải không?
→ _____

② Lan và Hoa ai thấp hơn? Ai nhẹ hơn?
→ _____

③ Eun-ha và Hoa ai nặng hơn? Ai ít tuổi hơn?
→ _____

④ Trong 3 người này, ai cao nhất? Ai nhiều tuổi nhất?
→ _____

⑤ Hoa và Lan bằng tuổi nhau phải không?
→ _____

⑥ Hoa và Lan ai cao hơn?
→ _____

⑦ Trong 3 người này, ai nhiều tuổi nhất?
→ _____

02 다음 단어를 활용하여 베트남어 문장을 만드세요.

cũ   cao   đắt   mệt   mới   thấp   thông minh

mệt
피곤한

thông minh
똑똑한

① Hùng 형/오빠는 키가 약간 작다.
→ _____

② 저 차(xe ô tô)는 새 것이다.
→ _____

③ Mai 동생은 꽤 똑똑하다.
→ _____

④ Hoa 누나/언니는 키가 별로 크지 않다.
→ _____

⑤ 이 오토바이는 (지나치게) 매우 오래 되었다.
→ _____

⑥ 나는 매우 피곤하다.
→ _____

⑦ Q : 이 망고는 비싸나요?
→ _____

A : 네, 이 망고는 약간 비싸요.
→ _____

Ⅲ. 회화

1 친구와의 대화

A Bạn đang ăn quả sầu riêng à?
너는 두리안 먹고 있는 거지?

B Ừ, mình ăn sầu riêng. Quả này chị Hoa mua cho mình.
응, 나는 두리안을 먹고 있어. 이 과일은 Hoa언니가 사 준거야.

A Mùi hơi lạ nhỉ. Có ngon không?
냄새가 특이하다. 맛있어?

B Có. Sầu riêng mùi hơi khó chịu nhưng rất ngon. Bạn ăn thử đi.
응. 두리안은 냄새를 약간 참기 힘들지만 매우 맛있어. 너도 먹어봐.

A Ừ, cảm ơn bạn!
응, 고마워!

2 Giới thiệu về bạn tôi. (친구 소개)

Đây là Paul, bạn của tôi. Paul là người Anh.
이 사람은 제 친구 폴입니다. 폴은 영국 사람입니다.

Paul và tôi nặng bằng nhau nhưng tôi cao hơn.
폴과 저는 몸무게가 같지만 키는 제가 더 큽니다.

Chúng tôi đều có một em gái. Em gái của Paul trẻ hơn em gái tôi.
우리는 모두 여동생 한 명이 있습니다. 폴의 여동생이 제 여동생보다 어립니다.

Và Paul học giỏi nhất trong lớp tôi.
그리고 폴이 우리 반에서 가장 공부를 잘 합니다.

연습문제

01 다음 문장을 베트남으로 쓰세요.

① 내 가족 중에 여동생 Trang이 가장 어리다.
→ _____

② 이 자동차가 저 자동차 보다 더 오래되었다.
→ _____

③ Mai 선생님과 Hoa 선생님은 나이가 같다.
→ _____

④ 이 신발은 아주 비싸지 않다.
→ _____

⑤ 저 그림은 매우 아름답다.
→ _____

⑥ 이 책은 꽤 두껍다.
→ _____

⑦ 오늘 날씨(thời tiết)가 매우 덥다.
→ _____

⑧ Tuấn 형이 나보다 3살 많다.
→ _____

⑨ 이 옷과 저 옷의 가격(돈)이 같다.
→ _____

⑩ 내 반에서 (친구) Tuấn이 가장 똑똑하다(thông minh).
→ _____

⑪ 이 책과 저 책은 두께가 비슷하다.
→ _____

⑫ 내가 (친구) Linh 보다 5cm 크다.
→ _____

중간 점검 복습 문제

01 베트남어의 역사에 관한 설명으로 알맞지 않은 것은?

① 중국의 영향을 받아 한자를 사용했다.
② 한자의 음과 훈을 차용하여 만든 chữ Nôm을 사용했다.
③ 로마자화된 베트남어를 만든 사람은 베트남인 가톨릭 신부다.
④ 현재의 베트남어는 선교활동을 위해 로마자를 이용하여 만든 것이다.

02 빈칸에 공통으로 들어갈 단어로 알맞은 것은?

A: Dạo này, anh có _____ không?
B: Cảm ơn em. Tôi _____. Còn em?
A: Cảm ơn anh. Em cũng _____ _____.

① gió
② khoẻ
③ nhầm
④ thơm

03 빈칸에 들어갈 단어로 알맞은 것은?

• Xin _____ _____ với bố mẹ.
　Đây là bạn của con ạ.

① sở thích
② rảnh rỗi
③ giới thiệu
④ hàng hoá

04 빈칸에 공통으로 들어갈 말로 알맞은 것은?

• Tôi _____ Thuỵ sĩ.

• Anh Paul _____ Úc.

① đến từ
② vừa làm
③ khiến cho
④ chứ không

05 빈칸에 들어갈 단어로 알맞은 것은?

A: Dạo này, cậu làm gì?

B: Tớ _____ làm giáo viên ở trường tiểu học.

① cả
② còn
③ đều
④ vẫn

06 빈칸 (a), (b)에 공통으로 들어갈 말로 알맞은 것은?

• __(a)__ sông này rộng lắm.

• __(b)__ xe đạp kia của tôi.

	(a)	(b)
①	cái	quả
②	con	chiếc
③	con	tờ
④	quả	chiếc

Bài 7 Quả xoài này ngon quá!

07 문장 표현이 옳지 <u>않은</u> 것은?

① Cho tôi 5 kẹo kia.
② Anh Tú có 2 tờ báo.
③ Bộ quần áo đẹp lắm.
④ Đây không phải là cái bàn.

08 빈칸에 들어갈 단어로 알맞은 것은?

A: Trên bàn có những gì?
B: Trên bàn có _____.

① một cốc cái và quyển một sách.
② một cái cốc và một quyển sách.
③ cái một cốc và sách một quyển.
④ cái cốc một và quyển một sách.

09 문장 표현이 옳지 <u>않은</u> 것은?

① Chị Hà cao khá.
② Phim này rất hay.
③ Quả cam này hơi ngọt.
④ Chiếc xe hơi này quá đắt.

10 형용사의 반의어로 옳은 것은?

① tốt - yếu
② cũ - khoẻ
③ hẹp - mới
④ dày - mỏng

11 "Rất vui được gặp."과 유사한 의미로 사용할 수 있는 인사를 베트남어로 적으세요.

→ _____

12 다음 빈칸에 알맞은 베트남어 표현을 넣어 문장을 완성하세요.

Anh Tuấn _____ _____ _____ kĩ sư.
(Tuấn씨는 기술자가 아니다.)

→ _____

13 다음 문장을 베트남어로 쓰세요.

Lan 누나/언니는 그 책 세 권을 샀다.

→ _____

14 다음 문장을 베트남어로 쓰세요.

책상 아래에 고양이가 있다.

→ _____

15 다음 문장을 베트남어로 적으시오.

이 오토바이가 저 오토바이 보다 더 오래되었다.

→ _____

Bài 8

Người Hàn Quốc rất thích bún chả.

학습 내용

1. 시제와 빈도 부사의 쓰임과 다양한 동사을 익혀 실생활에서 활용할 수 있다.
2. 동사를 활용한 문장과 동작의 발생 여부를 묻고 답하는 문장을 만들 수 있다. 시제를 활용한 문장을 만들 수 있다.
3. 동사를 활용한 문장과 동작 발생 여부를 묻고 답하는 문장을 읽을 수 있다.

Ⅰ. 어휘와 표현

1 시제

동사 앞에 위치하며, 과거, 미래, 현재진행 등을 나타낸다.

종류		예문
과거	đã ~했다	Tôi *đã* nấu cơm. 나는 요리를 했다. Chị Mai *đã* gặp thầy Hùng. Mai 누나/언니는 Hùng 선생님을 만났다.
현재진행	đang ~하고 있다. ~하고 있는 중이다.	Tôi *đang* nấu cơm. 나는 요리를 하고 있다. Chị Mai *đang* gặp thầy Hùng. Mai 누나/언니는 Hùng 선생님을 만나고 있다.
미래	sẽ ~할 것이다.	Tôi *sẽ* nấu cơm. 나는 요리를 할 것이다. Chị Mai *sẽ* gặp thầy Hùng. Mai 누나/언니는 Hùng 선생님을 만날 것이다.

2 빈도 부사

행위나 동작의 빈도를 나타내는 빈도 부사는 일반적으로 동사 앞에 위치한다.

문형	예문
luôn luôn 항상	Bố tôi *luôn luôn* đọc báo. 내 아버지는 항상 신문을 읽는다. Tôi *luôn luôn* đi học lúc 8 giờ sáng. 나는 항상 아침 8시에 학교를 간다.
hay 자주	Tôi *hay* đi xem phim. 나는 자주 영화를 보러 간다. Anh Kim *hay* thức dậy lúc 7 giờ. 김씨는 자주 아침 7시에 일어난다.
thường (xuyên) 보통, 대개	Chị gái tôi *thường* đi mua sắm. 내 누나/언니는 보통 쇼핑을 간다. Tôi *thường* đọc sách ở thư viện. 나는 보통 도서관에서 책을 읽는다.
thỉnh thoảng 가끔	Tôi *thỉnh thoảng* viết thư cho bạn tôi. 나는 가끔 친구에게 편지를 쓴다. Tôi *thỉnh thoảng* đi chơi bóng đá với bạn. 나는 가끔 친구와 함께 축구를 하러 간다.

đôi khi 이따금	**Đôi khi** tôi thích uống rượu. 나는 이따금 술을 마시는걸 좋아한다. Chị gái tôi **đôi khi** không ăn sáng. 내 누나/언니는 이따금 아침을 안 먹는다.
ít khi 드물게	**Ít khi** chị tôi uống cà phê. 드물게 내 누나/언니는 커피를 마신다. Tôi **ít khi** ăn món ăn cay. 나는 드물게 매운 음식을 먹는다.
không bao giờ 절대 ~하지 않는	Tôi **không bao giờ** hút thuốc lá. 나는 절대 담배를 피우지 않는다. Anh trai tôi **không bao giờ** ăn sáng. 내 형/오빠는 절대 아침을 먹지 않는다.

* **lúc** ~에 **giờ** 시 **sáng** 아침 **thư viện** 도서관 **bóng đá** 축구 **ăn sáng** 아침 **món ăn cay** 매운 음식

3 다양한 동사

동사	뜻	동사	뜻
nói	말하다	làm	(일)하다
viết	쓰다	ăn	먹다
ngủ	자다	nghe	듣다
nấu	요리하다	thức dậy	일어나다
hát	노래하다	uống	마시다
bán	팔다	chuẩn bị	준비하다
đói	(배) 고프다	hiểu	이해하다
muốn	원하다	giúp	돕다
thích	좋아하다	hút	빨아들이다

4 그 외의 단어

어휘	뜻	어휘	뜻
cơm	밥	thuốc lá	담배
bài	과, 기사, 가사	thế thì	그래서, 그러면

연습문제

01 빈칸에 알맞은 시제를 넣으세요.

① Tôi _____ đọc sách.

→ 나는 책을 읽는 중이다.

② Chúng tôi _____ đi mua sắm.

→ 우리는 쇼핑하러 갈 것이다.

③ Chị Lan _____ ăn cơm.

→ Lan 누나/언니는 밥을 먹었다.

④ Anh Tuấn _____ học tiếng Pháp.

→ Tuấn 형/오빠는 프랑스어를 공부했다.

⑤ Cháu tôi _____ ngủ trưa.

→ 내 조카는 낮잠을 자고 있다.

⑥ Bố tôi _____ đi công tác.

→ 내 아버지는 출장을 갈 것이다.

02 다음 단어 뜻에 알맞은 베트남어를 쓰세요.

① 듣다 → _____

② 쓰다 → _____

③ 말하다 → _____

④ 요리하다 → _____

⑤ 일어나다 → _____

⑥ 원하다 → _____

⑦ 준비하다 → _____

⑧ 이해하다 → _____

03 빈칸에 알맞은 빈도 부사를 넣으세요.

① Chị Mai _____ đi xem phim với bạn.

→ Mai 누나/언니는 대개 친구와 함께 영화를 보러 간다.

② Bố tôi _____ _____ đi công tác.

→ 내 아버지는 드물게 출장을 가신다.

③ Anh Minh _____ _____ _____ hút thuốc lá.

→ Minh 형/오빠는 담배를 피운 적이 없다.

④ Khi(~때) làm việc, tôi _____ nghe nhạc.

→ 일을 할 때 나는 자주 음악을 듣는다.

⑤ Gia đình tôi _____ _____ đi du lịch(여행가다) nước ngoài(해외).

→ 우리 가족은 이따금 해외 여행을 간다.

⑥ Chị Lan _____ _____ ăn trưa(점심 먹다) ở công ti.

→ Lan 누나/언니는 항상 회사에서 점심을 먹는다.

⑦ Tôi _____ _____ đi mua sắm.

→ 나는 가끔 쇼핑을 간다.

II. 문법

1 동사

'주어 + 동사 + 목적어'의 어순이며, 동사는 인칭대명사의 수나 격에 따라 변하지 않는다.

1) 동사의 기본 문형

종류		예문
긍정문	주어 + 동사	Chị *học* tiếng Anh. 누나/언니는 영어를 공부한다. Em đã *gặp* cô Mai. 저는 Mai 선생님을 만났습니다.
부정문	주어 + không + 동사	Chị *không học* tiếng Anh. 누나/언니는 영어를 공부하지 않는다. Em *không gặp* cô Mai. 저는 Mai 선생님을 만나지 않았습니다.

의문문	Q : 주어 + có + 동사 + không?
	A : +) Dạ có.
	    -) Dạ không.
		Q: Chị *có* học tiếng Anh *không*?
		누나/언니는 영어를 공부합니까?
		A: +) Dạ có.
		    -) Dạ không.
		Q: Em *có* gặp cô Mai *không*?
		너는 Mai 선생님을 만났어?
		A: +) Dạ có.
		    -) Dạ không.

* 의문문에서 có는 생략할 수 있다.

2) 행위, 동작의 발생을 표현하는 문형*

문형		예문
긍정문	주어 + *đã* + 동사 + *rồi*.	Tôi *đã* ăn tối *rồi*. 나는 저녁을 먹었다. Tôi *đã* xem phim <Tấm Cám :Chuyện chưa kể> *rồi*. 나는 <떰 깜 : 끝나지 않은 이야기>를 봤다.
부정문	주어 + *chưa* + 동사.	Tôi *chưa* ăn tối. 나는 아직 저녁을 먹지 않았다. Tôi *chưa* xem phim <Tấm Cám :Chuyện chưa kể>. 나는 아직 <떰 깜 : 끝나지 않은 이야기>를 보지 않았다.
의문문	Q: 주어 + *đã* + 동사 + *chưa*? A: +) Rồi. 　-) Chưa.	Q: Anh *đã* ăn tối *chưa*? 　형/오빠는 저녁을 먹었어요? A: +) Rồi. 　-) Chưa. Q: Anh *(đã)* xem phim <Tấm Cám Chuyện chưa kể> *chưa*? 　형/오빠는 <떰 깜 : 끝나지 않은 이야기>를 봤어요? A: +) Rồi. 　-) Chưa.

* 긍정문에서 *đã*와 *rồi*는 따로 사용할 수 있다. 이때 *đã*는 동사 앞, *rồi*는 문장 마지막에 위치한다.
* 의문문에서 *đã*는 생략할 수 있다.

2 ~ làm gì?

무엇을 하는지 행위에 대해 물어보며, 시제나 시간을 나타내는 단어와 함께 사용한다.

문형	예문
Q: 주어 + 시제 + làm gì? A: 주어 + 시제 + 동사.	Q: Hôm nay, anh *làm gì*? 오늘 형/오빠는 무엇을 하세요? A: Hôm nay, tôi *gặp* bạn. 오늘 나는 친구를 만나(러 갈 거야). Q: Mẹ đã *làm gì*? 어머니는 무엇을 하셨어요? A: Mẹ đã *nấu cơm*. 나는 요리를 했어.

3 의문사 ai

주어 자리에서 사용되면 '누가'의 의미이며, 목적어 자리에서 사용되면 '누구'의 의미이다.

	문형	예문
목적어	Q: 주어 + 동사 + ai? A: 주어 + 동사 + 대상.	Q: Ngày mai chị gặp *ai*? 내일 누나/언니는 누구를 만나세요? A: Ngày mai chị gặp *cô Mai*. 내일 나는 Mai 선생님을 만날 거야.
소유자	Q: 명사 + của ai? A: 명사 + của 소유자.	Q: Cái bút này *của ai*? 이 볼펜은 누구의 것인가요? A: Cái bút này *của thầy Trí*. 이 볼펜은 Trí 선생님의 것입니다.

연습문제

01 다음 문장을 베트남어로 쓰세요.

> **예문** Anh Park / học tiếng Việt (긍정문)
> → Anh Park / học tiếng Việt

① em Kim / học tiếng Pháp (부정문)
→ _____

② cô Lan / uống cà phê (의문문)
→ _____

③ anh Hùng / đọc sách (긍정문)
→ _____

④ ông Tuấn / đi ngủ (동작의 발생 표현 부정문)
→ _____

⑤ chị Lan / đi mua sắm (동작의 발생 표현 긍정문)
→ _____

⑥ em / làm bài tập (동작의 발생 표현 의문문)
→ _____

02 다음 예문을 따라 문장을 완성하세요.

> **예문** chị Ann / đọc sách / đang
> → Q: Chị Ann đang làm gì?
>   A: Chị ấy đang đọc sách.

① bà Tâm / viết thư / đã

→ _____

_____

② chị Lan / đi xem phim / sẽ

→ _____

_____

③ ông Nam / hát quan họ / đang

→ _____

_____

④ em Linh / gặp bạn / sẽ

→ _____

_____

Bài 8 Người Hàn Quốc rất thích bún chả. **133**

III. 회화

1 친구와의 대화

A Cậu đã ăn cơm chưa?
밥 먹었어?

B Chưa, tớ đói quá.
아직, 배가 너무 고파.

A Cậu có muốn đi ăn phở không?
쌀국수 먹으러 갈래?

B Không. Tớ không thích phở.
아니. 나는 쌀국수를 안 좋아해.

A Thế bún chả thì sao?
그럼 분짜는 어때?

B Bún chả có ngon không?
분짜는 맛있어?

A Ngon lắm! Người Hàn Quốc rất thích bún chả.
매우 맛있어! 사람들은 분짜를 매우 좋아해.

B Ừ, thế thì chúng ta đi ăn bún chả nhé!
응, 그럼 우리 분짜 먹으러 가자!

2 친구와의 대화

A   Cậu đã chuẩn bị bài mới chưa?

새로운 과를 예습했어?

B   Rồi, tớ chuẩn bị rồi. Còn cậu, cậu đã chuẩn bị chưa?

응, 나는 예습 했어. 너는, 예습했어?

A   Chưa, bài số 3 tớ không hiểu. Cậu giúp tớ được không?

아직, 나는 3과를 이해 못했어. 나를 도와줄 수 있어?

B   Tất nhiên rồi.

당연하지.

được không
~할 수 있어?

연습문제

01 다음 예문을 따라 문장을 완성하세요.

> **예문** Anh Park / học tiếng Việt (긍정문)
> → Anh Park học tiếng Việt.

① chị Nga / xem ti vi (긍정문)
→ _____

② anh Tuấn / đọc báo (의문문)
→ _____

③ tớ / nghe nhạc (일반 부정문)
→ _____

④ em Linh / ăn sáng (동작의 발생 표현 긍정문)
→ _____

⑤ cháu ấy / thức dậy (동작의 발생 표현 부정문)
→ _____

⑥ bố / đi làm (동작의 발생 표현 의문문)
→ _____

02 다음 예문을 따라 문장을 완성하세요.

> **예문** chị Ann / đọc sách / đang
> → Q: Chị Ann đang làm gì?
>   A: Chị ấy đang đọc sách.

① em Lee / làm bài tập / đã
→ _____
_____

② anh Jack / nấu phở xào / đang
→ _____
_____

③ em / làm bài tập / sẽ
→ _____
_____

④ anh ấy / nấu phở / đang
→ _____
_____

⑤ ông Nam / xem ti vi / đã
→ _____
_____

⑥ em ấy / đi học / sẽ
→ _____
_____

Bài 9

Hôm nay là ngày 19.

학습 내용

1. 10,000 이하의 숫자를 읽고 쓸 수 있으며 요일, 월, 년 도를 나타내는 어휘를 익혀 실생활에서 활용할 수 있다.
2. 숫자 의문사를 활용하여 일, 월, 년도 및 요일 묻고 답하는 문장을 만들 수 있다.
3. 숫자 의문사를 활용하여 일, 월, 년도 및 요일 묻고 답할 수 있다.

I. 어휘와 표현

1 10.000 이하의 숫자*

 tip
숫자 규칙은 백 단위 이상에서도 그대로 적용된다.

11	mười một	18	mười tám	40	bốn mươi
12	mười hai	19	mười chín	50	năm mươi
13	mười ba	20	hai mươi	60	sáu mươi
14	mười bốn	21	hai mươi mốt	70	bảy mươi
15	mười lăm	23	hai mươi ba	80	tám mươi
16	mười sáu	25	hai mươi lăm	90	chín mươi
17	mười bảy	30	ba mươi	100	một trăm

* 20 ~ 99 까지는 mười가 mươi로 바뀐다.
* 21 ~ 91 까지의 1은 một이 mốt으로 바뀐다.
* 15의 năm은 lăm으로, 25 ~ 95까지의 5는 lăm / nhăm으로 바뀐다.
* 24 ~ 94에서 bốn 외에 tư를 사용하는 경우도 있다.

101	một trăm linh một	800	tám trăm
200	hai trăm	900	chín trăm
300	ba trăm	1.000	một nghìn
400	bốn trăm	1.001	một nghìn không trăm linh một
500	năm trăm	2.000	hai nghìn
600	sáu trăm	6.000	sáu nghìn
700	bảy trăm	10.000	mười nghìn

* 십의 자리가 0일 경우 **linh/lẻ**을 사용한다.
* 백의 자리가 0일 경우 **không trăm**을 사용한다.

2 요일, 월, 년도

요일	월요일	화요일	수요일	목요일	금요일	토요일	일요일
	thứ hai	thứ ba	thứ tư	thứ năm	thứ sáu	thứ bảy	chủ nhật

월	1월	2월	3월	4월	5월	6월
	tháng 1	tháng 2	tháng 3	tháng 4	tháng 5	tháng 6
	7월	8월	9월	10월	11월	12월
	tháng 7	tháng 8	tháng 9	tháng 10	tháng 11	tháng 12

지난 달	이번 달	다음 달
tháng trước	tháng này	tháng sau

* ~ 달 전 : 숫자 + tháng trước   예) 2 tháng trước
* ~ 달 후 : 숫자 + tháng sau   예) 3 tháng sau / tháng tới

작년	올해	내년
năm trước	năm nay	năm sau
năm ngoái		năm tới

* ~년 전 : 숫자 + năm trước   예) 4 năm trước
* ~년 후 : 숫자 + năm + sau   예) 5 năm sau

3 그 외의 단어

어휘	뜻	어휘	뜻
ngày	일	bây giờ	지금
tuần	주	sinh nhật	생일
tháng	월	quà	선물
năm	년	bắt đầu	시작하다
trước	~전, 앞	du học	유학(하다)
sau	~후, 뒤	kết thúc	끝나다
đầu	처음(의)	nghỉ mát	쉬다, 휴가
cuối	마지막(의)	sinh	태어나다
tốt nghiệp	졸업하다	nên	~여서
xong	마치다	vào	들어가다
hoặc	혹은		~에
cùng	함께	lúc	~에(시간)

연습문제

01 다음 표현을 베트남어로 쓰세요.

① 3달 후 → _____

② 6달 전 → _____

③ 이번주 초 → _____

④ 지난 주말 → _____

⑤ 올해 초 → _____

⑥ 내년 말 → _____

⑦ 어제 밤 → _____

⑧ 그제 오후 → _____

⑨ 오늘 저녁 → _____

02 다음 단어 뜻에 알맞은 베트남어를 쓰세요.

① 55 → _____

② 204 → _____

③ 928 → _____

④ 5.214 → _____

⑤ 8.648 → _____

⑥ 763 → _____

⑦ 921 → _____

⑧ 3.047 → _____

⑨ 6.185 → _____

II. 문법

1 수사 의문사

수사 의문사는 mấy와 bao nhiêu가 있다. mấy는 10 이하의 적은 수와 사용되며, bao nhiêu는 11 이상의 큰 수와 사용된다. 의문사의 쓰임은 아래와 같다.

	mấy 10↓를 사용하는 의문문	bao nhiêu 11↑를 사용하는 의문문
1	날짜	날짜
2	요일	
3	월	
4	시간	
5	나이	나이
6		년도
7		가격

2 일자 묻기

1) 기본 문형

	mấy 10↓	bao nhiêu 11↑
문형	Q: 주어 + là + ngày mấy? A: 주어 + là + ngày mồng 일.	Q: 주어 + là + ngày bao nhiêu? A: 주어 + là + ngày 일.
예문	Q: Hôm nay là *ngày mấy*? 오늘은 며칠입니까? A: Hôm nay là *ngày mồng* * 8. 오늘은 8일입니다.	Q: Hôm kia là *ngày bao nhiêu*? 그제는 며칠이었습니까? A: Hôm kia là *ngày 17*. 그제는 17일이었습니다.

* 1~10일을 이야기할 때는 초순을 의미하는 mồng(=mùng)을 숫자 앞에 붙여 사용한다.

2) 동작/행위와 관련된 일자 묻기

	mấy 10 ↓	bao nhiêu 11 ↑
문형	Q: 주어 + 동사 + **vào ngày mấy**? A: 주어 + 동사 + **vào** 일.	Q: 주어 + 동사 **vào ngày bao nhiêu**? A: 주어 + 동사 + **vào** 일.
예문	Q: Anh sẽ gặp thầy Hùng *vào ngày mấy*? 형/오빠는 며칠에 훙 선생님을 만나세요? A: Anh gặp thầy Hùng *vào ngày mồng 3*. 나는 3일에 훙 선생님을 만나.	Q: Chị đã đến Hà Nội *vào ngày bao nhiêu*? 누나/언니는 며칠에 하노이에 왔어요? A: Chị đã đến Hà Nội *vào ngày 25*. 나는 25일에 하노이에 왔어.

3 요일 묻기

1) 기본 문형

문형	Q: 주어 + **là** + **thứ mấy**? A: 주어 + **là** + 요일*.
예문	Q: Ngày kia là *thứ mấy*? 모레는 무슨 요일입니까? A: Ngày kia là *thứ năm*. 모레는 목요일입니다. Q: Ngày mai là *thứ mấy*? 내일은 무슨 요일입니까? A: Ngày mai là *thứ 2*. 내일은 월요일입니다.

요일
요일부터 토요일까지 서수로 표현하며, chủ nhật(일요일) 앞에는 thứ(~번째)를 사용하지 않는다.

2) 동작/행위와 관련된 요일 묻기

문형	Q: 주어 + 동사 + **vào thứ mấy**? A: 주어 + **là** + **vào** 요일.
예문	Q: Anh sẽ đi Mĩ *vào thứ mấy*? 형/오빠는 무슨 요일에 미국에 갑니까? A: Tôi sẽ đi Mĩ *vào thứ 7*. 나는 토요일에 미국 갑니다.

4 월 묻기

1) 기본 문형

문형	Q: 주어 + là + tháng mấy? A: 주어 + là + tháng 월.
예문	Q: Tháng trước là *tháng mấy*? 　지난달은 몇 월이었나요? A: Tháng trước là *tháng 7*. 　지난달은 7월이었습니다. (Tháng này là tháng 6.) 이번 달은 6월입니다. Q: 3 tháng sau là *tháng mấy*? 3달 후는 몇 월입니까? A: 3 tháng sau là *tháng 9*. 3달 후는 9월입니다.

2) 동작/행위와 관련된 월 묻기

문형	Q: 주어 + 동사 + vào tháng mấy? A: 주어 + 동사 + vào tháng 월.
예문	Q: Anh sẽ đi nghỉ mát *vào tháng mấy*? 　형/오빠는 몇 월에 휴가를 가세요? A: Anh sẽ đi nghỉ mát *vào cuối tháng 8*. 　나는 8월 말에 휴가를 갈 거야.

5 년도 묻기

1) 기본 문형

문형	Q: 주어 + là + năm bao nhiêu? A: 주어 + là + năm 년도.
예문	Q: Năm ngoái là *năm bao nhiêu*? 　작년이 몇 년도 였나요? A: Năm ngoái là *năm 2019*. 　작년은 2019년이었습니다.

2) 동작/행위와 관련된 년도 묻기

문형	Q: 주어 + 동사 + *vào năm nào?* A: 주어 + 동사 + *vào* 년도.
예문	Q: Em đi du học *vào năm nào?* 너는 몇 년도에 유학을 가니? A: Em đi du học *vào năm 2023*. 저는 2023년에 유학을 가요.

6 특정 날짜 묻기

문형	Q: 주어 + 동사 *năm bao nhiêu / nào?* A: 주어 + 동사 *năm ~*.
	Q: 주어 + *là* + *ngày nào?* A: 주어 + *là* + *ngày ~* + *tháng ~*.
예문	Q: Em *sinh năm nào?* 너의 생일은 몇 년도이니? A: Em *sinh ngày 25 tháng 3 năm 1987*. 제 생일은 3월 25일 1987년입니다. Q: Ngày Giỗ tổ Hùng vương *là ngày nào?* 훙 왕 제사일(건국일)은 언제입니까? A: Ngày Giỗ tổ Hùng vương *là ngày 10 tháng 3 âm lịch*. 훙 왕 제사일은 음력 3월 10일입니다.

연습문제

01 문장을 듣고 빈칸에 알맞은 단어를 넣으세요.

① Ⓐ _____ _____ là ngày mấy?

　Ⓑ _____ _____ là ngày _____.

② Ⓐ _____ _____ là thứ mấy?

　Ⓑ _____ _____ là _____ _____.

③ Ⓐ _____ _____ là thứ mấy?

　Ⓑ _____ _____ là _____ _____.

④ Ⓐ _____ _____ là ngày bao nhiêu?

　Ⓑ _____ _____ là ngày _____.

⑤ Ⓐ _____ _____ là tháng mấy?

　Ⓑ _____ _____ là tháng 8.

6 **A** _____ _____ là tháng mấy?

B _____ _____ là tháng 12.

7 **A** Ông Hoàng đi Nhật Bản khi nào(언제)?

B Ông ấy đi Nhật Bản _____ _____.

8 **A** Em Linh vào đại học khi nào?

B Em Linh vào đại học _____ _____.

III. 회화

1 친구와의 대화

A Hôm nay là ngày bao nhiêu?
오늘이 며칠이지?

B Hôm nay là ngày 19.
오늘은 19일이야.

A Ôi, hai ngày sau là sinh nhật của mẹ mình.
앗, 이틀 뒤가 어머니 생신이야.

B Cậu đã mua quà cho mẹ chưa?
어머니에게 드릴 선물 샀어?

A Chưa. Cậu đi mua quà với tớ được không?
아직. 나랑 같이 선물 사러 갈 수 있어?

B Ừ, sau khi ăn xong, chúng ta đi nhé!
응, 밥 먹은 후에 같이 사러 가자.

2 친구와의 대화

A Cậu ơi, thứ ba tuần sau chúng ta đi xem phim không?
친구야 다음주 화요일에 우리 영화 보러 갈래?

B Thứ ba tuần sau là ngày bao nhiêu?
다음주 화요일이 며칠이야?

A Ngày 27. Hôm nay là ngày 23 rồi.
27일. 오늘은 23일이야.

B À, ngày 27 tớ phải thi môn Triết học.
아, 27일에 나는 철학 시험을 봐.

Chúng ta đi xem phim vào thứ tư tuần sau nhé.
우리 다음주 수요일에 영화 보러 가자.

A Ừ cũng được.
응, 괜찮아.

연습문제

01 다음 표현을 베트남어로 쓰세요.

① 지난 달(월) 초 → _____

② 다음 달(월) 말 → _____

③ 5주 전 → _____

④ 4주 후 → _____

⑤ 4년 전 → _____

⑥ 2년 후 → _____

02 문장을 듣고 빈칸에 알맞은 단어를 넣으세요.

① **Q** Chị có biết ngày Quốc khánh Việt Nam* là ngày nào khong?

   A Ừ, ngày Quốc khánh Việt Nam là _____.

② **Q** Chị có biết ngày Giải phóng miền Nam* là ngày nào không?

   A Ừ, ngày Giải phòng miền Nam là _____.

③ **Q** Cô có biết ngày Nha giáo Việt Nam* là ngày nào không?

   A Ừ, ngày Nhà giáo Việt Nam là _____.

> **tip**
> **ngày Quốc khánh Việt Nam** 베트남 국경일
> **ngày Giải phóng miền Nam** (베트남) 남부 해방 (기념)일
> **ngày Nha giáo Việt Nam** 베트남 스승의 날

Bài 10

Ở Hà Nội, bây giờ là 8 giờ sáng.

학습 내용

1. 시각을 나타내는 어휘를 익혀 실생활에서 활용할 수 있다.
2. 숫자 의문사를 활용하여 시간을 묻고 답하는 문장과 의문사 '언제'를 활용하여 과거, 미래를 묻고 답하는 문장을 만들 수 있다.
3. 숫자 의문사와 의문사 '언제'를 활용하여 시간을 묻고 답할 수 있다.

I. 어휘와 표현

1 시각을 나타내는 어휘

giờ	시	rưỡi	(단위) 반
5 giờ : 5시 12 giờ : 12시		3 giờ rưỡi : 3시 반	
phút	분	khoảng	대략, 약
1 giờ 25 phút : 1시 25분		khoảng 2 giờ : 약 2시	
kém	~ 전	hơn	더, (시간에서)넘은
9 giờ kém 15 (phút) : 9시 15분 전		hơn 3 giờ : 3시가 넘은	
đúng	정각	giây	초
đúng 11 giờ : 정각 11시 11 giờ đúng : 정각 11시		1 phút là 60 giây : 1분은 60초이다.	

2 시각 관련 표현*

		시간대		예문
1	오전	buổi sáng	từ 00:00 đến trước 11:00	sáu giờ sáng : 오전 6시 mười giờ kém mười phút sáng : 오전 9시 50분
2	정오	buổi trưa	từ 11:00 đến 13:00	mười một giờ trưa : 낮 11시 mười hai giờ rưỡi trưa : 낮 12시 30분
3	오후	buổi chiều	từ 13:00 đến 18:00	hai giờ năm phút chiều : 오후 2시 5분 năm giờ chiều : 오후 5시
4	저녁	buổi tối	từ 18:00 đến 22:00	bảy giờ bốn mươi lăm phút tối : 저녁 7시 45분 chín giờ tối : 저녁 9시
5	밤	ban /buổi đêm	từ 22:00 đến 24:00	mười giờ mười lăm phút đêm : 밤 10시 15분 mười hai giờ đêm : 밤 12시

* 대략적인 시간 구분을 설명한 것으로 사람마다 차이가 있을 수 있다.

* buổi는 하루를 나누는 시간대의 단위이며, '숫자 + giờ + sáng / trưa / chiều / tối / đêm'와 'sáng / trưa / chiều / tối / đêm + 어제, 오늘, 내일...'로 시간을 표현한다.

* 예) 아침 8시 → 8 giờ sáng
    오후 3시 → 3 giờ chiều
    어제 밤 10시 → tối (hôm) qua 10 giờ
    모레 낮 11시 30분 → trưa ngày kia 11 giờ 30 phút

3 그 외의 어휘

어휘	뜻	어휘	뜻
ngày	일	bây giờ	지금
tuần	주	sinh nhật	생일
tháng	월	quà	선물
năm	년	bắt đầu	시작하다
trước	~전, 앞	du học	유학(하다)
sau	~후, 뒤	kết thúc	끝나다
đầu	처음(의)	nghỉ mát	쉬다, 휴가
cuối	마지막(의)	sinh	태어나다
tốt nghiệp	졸업하다	nên	~여서
xong	마치다	vào	들어가다
hoặc	혹은		~에
cùng	함께	lúc	~에(시간)

연습문제

01 다음 시계를 보고 시각을 베트남어로 쓰세요.

①  → _____

②  → _____

③  → _____

④  → _____

⑤  → _____

02 다음 시각을 베트남어로 적으세요.

① 아침 8시 → _____

② 정오 11시 30분 → _____

③ 오후 3시 40분 → _____

④ 저녁 7시 15분 → _____

⑤ 밤 10시 50분 → _____

02 다음 숫자를 베트남어로 적으세요.

① 31 → _____

② 70 → _____

③ 619 → _____

④ 3.015 → _____

⑤ 7.203 → _____

II. 문법

1 mấy와 bao nhiêu을 활용하여 기간/수량 묻고 답하기*

mấy와 bao nhiêu가 앞으로 오게 되면 기간과 수량 등을 물을 수 있다.

문형		주어 + 동사 + mấy / bao nhiêu + 시간/단위 명사?
mấy	수량	Q: Em có *mấy bông hoa*? 너는 꽃 몇 송이를 갖고 있니? A: Em có *5 bông hoa*. 저는 다섯 송이 꽃을 갖고 있어요. Q: Cậu có *mấy quyển sách tiếng Việt*? 너는 베트남어 책 몇 권을 갖고 있어? A: Tớ có *3 quyển sách tiếng Việt*. 나는 베트남어 책 3권 갖고 있어.
	기간	Q: Anh sống ở Seoul *mấy năm*? 형/오빠는 서울에서 몇 년 살았나요? A: Tôi sống ở Seoul *7 năm*. 나는 서울에서 7년 살았어. Q: Chị ở Hà Nội *mấy tháng*? 누나/언니는 몇 개월(동안) 하노이에 있었나요? A: Tôi ở Hà Nội *6 tháng*. 나는 하노이에 6개월 있었어.
bao nhiêu	수량	Q: Lớp này có *bao nhiêu sinh viên*? 이 반에는 몇 명의 학생이 있습니까? A: Lớp này có *35 sinh viên*. 이 반에는 35명의 학생이 있습니다. Q: Ở đây có *bao nhiêu xe đạp*? 여기에 자전거 몇 대가 있나요? A: Ở đây có *28 xe đạp*. 여기에 28대의 자전거가 있어요.
	기간	Q: Chị Mai ở Busan *bao nhiêu ngày*? Mai 누나/언니는 부산에 며칠 있나요? A: Chị Mai ở Busan *khoảng 20 ngày*. Mai 누나/언니는 부산에 약 20일 있어. Q: Anh đi du lịch Mĩ *bao nhiêu ngày*? 형/오빠는 며칠 미국을 여행했어요? A: Tôi đi du lịch Mĩ *khoảng 15 ngày*. 나는 미국을 약 15일 여행했어.

2 시각 묻고 답하기

1) 기본 문형

	문형	예문
1	Q: Bây giờ là mấy giờ? A: Bây giờ là + 시각.	Q: Bây giờ là mấy giờ? 지금 몇 시 입니까? A: Bây giờ là 9 giờ 45 phút sáng. 지금은 9시 45분입니다.
2	Q: Mấy giờ rồi? A: 시각 + rồi.	Q: Mấy giờ rồi? 몇 시입니까? A: 5 giờ rưỡi rồi. 5시 반입니다.

3 의문사 khi nào*

		문형	예문
1	미래	Q: Khi nào + 주어 + 동사? A: 시기 + 주어 + (sẽ) 동사.	Q: **Khi nào** anh đi Việt Nam? 언제 형/오빠는 베트남에 가세요? A: **Tuần sau** tôi đi Việt Nam. 다음주에 나는 베트남에 가. Q: **Khi nào** chúng ta đi xem phim? 언제 우리 영화 보러 가? A: **Thứ bảy** tuần này, chúng ta đi xem phim. 이번주 토요일에 우리는 영화 보러 갈거야.
2	과거	Q: 주어 + 동사 + khi nào? A: 주어 + (đã) 동사 + 시기.	Q: Anh đi Việt Nam **khi nào**? 형/오빠는 베트남에 언제 갔어요? A: Tôi đi Việt Nam **tuần trước**. 나는 지난주에 베트남에 갔어. Q: Cậu gặp thầy Hùng **khi nào**? 너는 Hùng 선생님을 언제 만났어? A: Tớ gặp thầy Hùng **chiều hôm qua**. 나는 어제 오후에 Hùng 선생님을 만났어.

* '언제'를 나타내는 의문사는 khi nào / lúc nào / bao giờ가 있으며, 문두에 위치하면 미래를, 문미에 위치하면 과거를 묻는다.

연습문제

01 다음 예문을 따라 문장을 완성하세요.

> **예문** anh / 9 giờ 30 phút sáng
> Q : Xin lỗi anh, bây giờ là mấy giờ?
> A : Bây giờ là 9 giờ 30 phút sáng.

① em / 6 giờ sáng
→ _____
_____

② chị / 11 giờ rưỡi đêm
→ _____
_____

③ anh / 8 giờ 20 phút tối
→ _____
_____

02 다음 예문을 따라 문장을 완성하세요.

> **예문** chị ấy / 5 bông hoa
> Q : Chị ấy có mấy bông hoa?
> A : Chị ấy có 5 bông hoa.

① chị Lee / 3 quyển sách
→ _____
_____

② em Hùng / 6 quả cam
  → _____
  _____

03 문장을 듣고 빈칸에 알맞은 단어를 넣으세요.

① Q Cô Loan đi Mĩ khi nào?

  A Cô ấy đi Mĩ _____.

② Q Khi nào bà Liên đi ngân hàng?

  A _____ bà ấy đi ngân hàng.

③ Q Anh Kim viết xong bài này khi nào?

  A Anh ấy viết xong bài này _____.

④ Q Khi nào chị ấy tốt nghiệp đại học?

  A _____ chị ấy tốt nghiệp đại học.

⑤ Q Khi nào chị Nga bắt đầu làm việc ở công ti mới?

  A _____ chị ấy bắt đầu làm việc.

III. 회화

1 친구와의 대화

A Linh ơi, cậu có biết hôm nay chúng ta học lúc mấy giờ không?

Linh아, 너는 우리 수업이 몇 시에 시작하는지 아니?

B Hôm nay là thứ ba… nên bắt đầu học lúc 9 giờ sáng.

오늘이 화요일이지… 그러면 아침 9시에 시작이야.

A Khi nào giờ học kết thúc?

언제 수업이 끝나지?

B Lúc 11 giờ hoặc 11:30.

11시 혹은 11시 30분이야.

A Sau khi học xong, chúng ta đi ăn trưa nhé!

수업이 끝난 후에 우리 점심 먹으러 가자!

B Ừ, chúng ta cùng đi nhé.

응, 우리 같이 가자.

2 친구와의 대화

A Bây giờ là mấy giờ?

지금 몇 시야?

B Bây giờ là gần 2 giờ.

지금 2시 다 되었어.

A Phim bắt đầu lúc mấy giờ?

몇 시에 영화가 시작이지?

B Phim bắt đầu 3 giờ 40 phút. Chúng ta còn 1 tiếng nữa.

영화는 3시 40분 시작이야. (우리에게) 한 시간 더 남았어.

A Thế thì chúng ta đi uống cà phê nhé.

그럼 우리 커피 마시러 가자.

연습문제

01 다음 예문을 따라 문장을 완성하세요.

> **예문** chị ấy / 5 bông hoa
>
> Q : Chị ấy có mấy bông hoa?
> A : Chị ấy có 5 bông hoa.

① cô giáo / 18 cái bút
→ _____
_____

② mẹ anh / 2 con chó và 1 con mèo
→ _____
_____

③ ông Tuấn / 1 cái xe đạp
→ _____
_____

02 다음 예문을 따라 문장을 완성하세요.

예문 ở Hà Nội : 8 giờ sáng / ở nước chị : 11 giờ trưa
Q : Ở Hà Nội, bây giờ là 8 giờ sáng, ở nước chị bây giờ là mấy giờ?
A : Dạ, ở nước tôi, bây giờ là 11 giờ trưa.

① ở Việt Nam : 12 giờ trưa / ở Bắc Kinh(북경) : 1 giờ chiều
→ _____
_____

② ở Pháp : 1 giờ 45 phút chiều / ở New York : 7 giờ 45 phút sáng
→ _____
_____

③ ở Seoul : 3 giờ chiều / ở New Zealand : 7 giờ tối
→ _____
_____

Bài 11

Cam này bao nhiêu tiền một cân?

학습 내용

1. 10.000 이상의 숫자를 말하고 쓸 수 있으며, 쇼핑 관련을 표현을 익혀 실생활에 사용할 수 있다.
2. 나이를 묻고 답하는 문장, 동작하는 시간을 묻고 답하는 문장 및 가격을 묻고 답하는 문장을 만들 수 있다.
3. 나이를 묻고 답하는 문장과 가격을 묻고 답할 수 있다.

I. 어휘와 표현

1 10.000 이상의 숫자

숫자	올라가는 원칙	베트남어	예문
10.000	10 × 1.000	mười nghìn	13.042 : mười ba nghìn không trăm bốn mươi hai
100.000	100 × 1.000	một trăm nghìn	302.955 : ba trăm linh hai nghìn chín trăm năm mươi lăm
1.000.000		một triệu	6.415.061 : sáu triệu bốn trăm mười lăm nghìn không trăm sáu mươi mốt
10.000.000	10 × 1.000.000	mười triệu	83.601.314 : tám mươi ba triệu sáu trăm linh một nghìn ba trăm mười bốn
100.000.000	100 × 1.000.000	một trăm triệu	105.832.530 : một trăm linh năm triệu tám trăm ba mươi hai nghìn năm trăm ba mươi
1.000.000.000		một tỉ	3.825.503.961 : ba tỉ tám trăm hai mươi lăm triệu năm trăm linh ba nghìn chín trăm sáu mươi mốt

* 20 ~ 99 까지는 mười가 mươi로 바뀐다.
* 21 ~ 91 까지의 1은 một이 mốt으로 바뀐다.
* 15의 năm은 lăm으로, 25 ~ 95까지의 5는 lăm / nhăm으로 바뀐다.
* 십의 자리기 0일 때는 linh / lẻ를 사용한다.
* 백의 자리가 0일 때는 không trăm을 사용한다.

2 cho의 다양한 용법

	용법	예문
1	1) ~ 에게 2) ~ 을 / 를 위해(한)	1) Tôi sẽ gọi *cho* anh Park. 나는 박 형/오빠에게 전화를 할 것이다. 2) Tiếng Việt *cho* người nước ngoài 외국인을 위한 베트남어
2	*cho* + 사람 + 명사 : ~ 에게 ~ 을 / 를 주다	1) Anh *cho* tôi một bát phở bò. 형/오빠는 나에게 소고기 쌀국수 한 그릇 주었다. 2) Em *cho* chị quyển sách kia. 나는 누나/언니에게 저 책을 주었다.

3	cho + 사람 + 동사 : ~로 하여금 ~하게 하다	1) **Cho** tôi xem thực đơn. 나에게 메뉴를 보게 해주세요.(주세요.) 2) **Cho** em nghe nhạc. 제가 음악을 듣게 해주세요.
4	동사 + cho : ~ 해주다	1) Em mua **cho** anh một cái bút. 제가 형/오빠에게 볼펜 한 개를 사드리겠어요. 2) Mẹ đọc sách **cho** con nghe. 어머니가 아이가 듣게 책을 읽는다.

3 쇼핑 관련 표현

đúng giá	정가(의)
giảm giá	할인(하다)
trả lại tiền	환불하다
đổi A khác	A를 다른 것으로 교환하다
hàng mới về	새로 들어온 물건
thối (lại) tiền	잔돈을 주다
tiền thừa, tiền thối	잔돈

3 그 외의 어휘

어휘	뜻	어휘	뜻
bóng đá	축구	đến thăm	방문하다
cam	오렌지	đến	가다, 오다, 도착하다
hai con sinh đôi	쌍둥이 자녀	thăm	방문하다
chồng	남편	vui tính	활달한, 즐거운
vợ	아내	mới	새로운
ông bà nội	친 조부모님		시제) 막~하다
lập gia đình	가정을 이루다/ 결혼하다	trước mặt	~ 앞에
lên	오르다		

연습문제

01 다음 숫자를 베트남어로 적으세요.

① 37.850 → _____

② 59.621 → _____

③ 11.981 → _____

④ 120.382 → _____

⑤ 683.800 → _____

⑥ 910.455 → _____

⑦ 2.467.801 → _____

⑧ 1.089.751 → _____

II. 문법

1 나이 묻고 답하기

나이를 물어볼 때도 수량의문사 'mấy'와 'bao nhiêu'를 사용한다.

문형	예문
Q: (Năm nay) 주어 + (lên*) mấy tuổi? A: (Năm nay) 주어 + (lên) 숫자 tuổi.	Q: Cháu (lên) *mấy tuổi*? 너는 몇 살이니? A: Cháu (lên) *7 tuổi* ạ. 저는 7살이에요.
Q: (Năm nay) 주어 + bao nhiêu tuổi? A: (Năm nay) 주어 + 숫자 tuổi.	Q: Năm nay, anh *bao nhiêu tuổi*? 올해 형/오빠는 몇 살이에요? A: Năm nay, tôi *29 tuổi*. 올해 나는 29살이야.

lên
lên은 '올라가다'의 의미로, lên mấy tuổi라고 묻게 되면 어린 아이에게 '몇 살이 되었니?'라고 묻는 표현이 된다.

2 동작하는 시각 묻고 답하기

* 시간에서 사용하는 lúc과 vào의 차이점

lúc : 정확한 때를 가리킬 때	Tôi ăn sáng *lúc* 7:30 phút. 나는 7시30분에 아침 식사를 한다. Bố tôi về nhà *lúc* 8 giờ tối. 내 아버지는 저녁 8시에 귀가하신다.
vào : 시간 단위를 가리킬 때	*Vào* thứ sáu, tôi sẽ gặp giáo sư. 금요일에 나는 교수님을 만날 것이다. Gia đình tôi đến thăm ông bà nội *vào* cuối tuần này. 내 가족은 이번 주말에 친 조부모님을 방문할 것이다.

문형	예문
1 Q: 주어 + 동사 + lúc mấy giờ? A: 주어 + 동사 + lúc 시간.	Q: Em đi học *lúc mấy giờ*? 너는 몇 시에 학교에 가니? A: Em đi học *lúc 8 giờ sáng*. 아침 8시에 저는 학교에 가요. Q: Anh thức dậy *lúc mấy giờ*? 몇 시에 형/오빠는 일어나세요? A: Tôi thức dậy *lúc 6 giờ 30 phút sáng*. 아침 6시 30분에 나는 일어나.
2 Q: Mấy giờ + 주어 + 동사? A: 시간 + 주어 + 동사.	Q: *Mấy giờ* em đi học? 몇 시에 너는 학교 가니? A: *8 giờ sáng* em đi học. 아침 8시에 저는 학교에 가요. Q: *Mấy giờ* anh thức dậy? 몇 시에 형/오빠는 일어나세요? A: *6 giờ 30 phút sáng* tôi thức dậy. 아침 6시 30분에 나는 일어나.

3 가격 묻고 답하기

문형	예문
1 Q: 주어 (+ 단위) + bao nhiêu tiền? A: 주어 (+ 단위) + 가격.	Q: Cam này 1 cân *bao nhiêu tiền*? 이 오렌지는 1kg에 얼마인가요? A: Cam này *1 cân 15.000 đồng*. 이 오렌지는 1kg 15.000동이에요.
2 Q: 주어 + giá bao nhiêu? A: 주어 + giá + 가격.	Q: Đôi giày màu đen kia *giá bao nhiêu*? 저 검은 신발은 얼마인가요? A: Đôi giày màu đen kia *giá 520.000 đồng*. 저 검은 신발은 52만동이에요.
3 Q: 주어 + bán thế nào? A: 주어 + bán + 가격.	Q: Cái quần kia *bán thế nào*? 저 바지는 어떻게 파나요? A: Cái quần kia *bán 280.000 đồng*. 저 바지는 28동이에요.

연습문제

01 문장을 듣고 빈칸에 알맞은 단어를 넣으세요.

① Năm nay, _____ tôi _____ tuổi.

② Năm nay, _____ tôi _____ tuổi.

③ Năm nay, _____ _____ tôi _____ tuổi.

④ Năm nay, _____ _____ tôi _____ tuổi.

⑤ Năm nay, _____ _____ tôi _____ tuổi.

⑥ _____ _____ của tôi sinh năm _____.

Năm nay, cháu trai tôi _____ tuổi.

⑦ _____ _____ sinh năm _____.

Năm nay, mẹ tôi _____ tuổi.

⑧ _____ sinh năm _____.

Năm nay, tôi _____ tuổi.

⑨ _____ _____ của tôi sinh năm _____.

Năm nay, em ấy _____ tuổi.

Bài 11 Cam này bao nhiêu tiền một cân? **175**

⑩ Tôi _____ ăn trưa lúc _____ trưa.

⑪ Tôi _____ thức dậy lúc _____.

⑫ Con gái của tôi thường _____ lúc _____.

⑬ Em _____ lúc _____.

⑭ Bố tôi hay _____ lúc _____.

⑮ _____ gia đình tôi thường _____.

⑯ _____ tuần này, tôi đi xem phim _____ bạn.

⑰ Vào buổi chiều _____ và _____ em trai tôi _____.

III. 회화

1 Giới thiệu về gia đình tôi (가족 소개)

Tôi xin giới thiệu về gia đình tôi. Đây là ảnh của gia đình tôi.
가족을 소개하겠습니다. 이것은 가족 사진입니다.

Đây là bố mẹ tôi. Bố tôi, năm nay 62 tuổi còn mẹ tôi 60 tuổi.
이 분들은 제 부모님입니다. 아버지는 62세이고 어머니는 60세입니다.

Đây là anh trai tôi. Anh ấy 33 tuổi và lập gia đình rồi. Bên cạnh anh ấy là vợ của anh ấy.
이 분은 나의 형입니다. 그는 33 살이고 결혼했습니다. 그의 옆에는 아내가 있습니다.

Trước mặt của hai vợ chồng là hai con sinh đôi của anh ấy.
형 부부 앞에는 쌍둥이 자녀가 있습니다.

2 cháu tên là Ru-ah và Ru-da. Họ mới lên 4 tuổi. Tôi rất yêu gia đình tôi.
두 조카의 이름은 Ru-ah와 Ru-da입니다. 그들은 4 살입니다. 나는 내 가족을 매우 사랑합니다.

2 상인과의 대화

A Bác ơi, cam này bao nhiêu tiền một cân?
아주머니, 이 오렌지는 1kg에 얼마인가요?

B Mười lăm nghìn một cân. Cam tươi và ngon lắm!
1kg에 1만5천동이야. 오렌지는 매우 신선하고 맛있어!

A Cháu mua 2 cân.
저는 2kg 살게요.

B Tất cả ba mươi nghìn đồng.
모두 3만동이야.

A Gửi tiền bác ạ.
여기 (돈) 있어요.

연습문제

01 다음을 듣고 빈칸에 알맞은 베트남어를 넣으세요.

Lớp học của chúng tôi có _____ : anh Peter, bạn Ha-eun, chị Naoko, em Phillip và tôi là Ji-sung. Em Phillip _____. Em ấy _____ trong lớp tôi. Anh Peter và chị Naoko _____.

Bạn Ha-eun _____ tôi. Bạn ấy học _____ chị Naoko. Anh Peter học giỏi nhất. Cô giáo của chúng tôi _____ Nga. Cô giáo của tôi rất _____ và dạy _____.

Mỗi tuần, chúng tôi học _____ , thứ hai _____ và thứ sáu. Mỗi buổi, chúng tôi học _____ , _____ 9 giờ _____ 12 giờ.

Trong lớp, chúng tôi tập đọc, tập nghe, tập phát âm và viết chính tả. Lớp học của chúng tôi _____.

* 위의 문장을 한국어로 해석하세요.

_____
_____
_____
_____
_____
_____
_____
_____

02 다음 예문을 따라 문장을 듣고 완성하세요.

예문 cam / 1kg 15.000 / mua 2kg / anh

A: Cam này 1kg bao nhiêu tiền?
B: Cam này 1kg 15.000 đồng. Anh mua mấy kg?
A: Tôi mua 2kg.
B: Tất cả 30.000 đồng.

①  quýt / 1kg 10.000đ / mua 3kg / anh

② xoài / 1kg 35.000đ / mua 3kg / em

 bút / 1 cái 12.000đ / mua 10 cái / anh

 tờ báo / 35.000đ / mua 1 tờ / cô

Bài 12

Tớ định đi du lịch Hội An với gia đình.

학습 내용

① 유사한 의미의 동사의 차이를 이해하여 활용할 수 있으며, 시간을 나타내는 부사의 쓰임을 익혀 실생활에서 활용할 수 있다.

② 의문사 đâu(어디)를 활용하여 행위가 발생한 곳 또는 행동의 방향, 목적을 묻고 답하는 문장을 만들 수 있다.

③ 경험을 묻는 bao giờ chưa와 lần nào chưa을 활용하여 경험과 경험의 횟수를 묻고 답하는 문장을 만들 수 있으며, 상관어구 chỉ ~ thôi를 활용하여 문장을 만들 수 있다.

I. 어휘와 표현

1 유사한 의미 '빌리다'를 가진 동사

	동사	예문
1	vay : (돈, 물건을 이자를 붙여) 빌리다	1) Anh ấy đã **vay** tiền. 그는 돈을 빌렸다. 2) Tôi **vay** tiền từ ngân hàng. 나는 은행에서 돈을 빌렸다(대출받았다).
2	mượn : (사물) 빌리다	1) Tôi **mượn** sách này ở thư viện. 나는 이 책을 도서관에서 빌렸다. 2) Em **mượn** áo dài của chị được không? 제가 언니의 아오 자이를 빌려도 될까요?
3	thuê : (건물, 부동산) 임대하다	1) Phòng này **thuê** giá bao nhiêu? 이 방을 얼마에 임대했어요? 2) Tôi **thuê** nhà gần phố Nguyễn Trãi. 나는 응우옌 짜이 거리 근처에 집을 임대했다.

2 시간 표현 부사

	단어	문형	예문
~전에	trước	trước + 명사, 주어 + 동사	**Trước** 5 giờ chiều, anh Nam đi bệnh viện. 5시 전에 Nam 형/오빠는 병원에 간다.
	trước khi	trước khi + (주어) + 동사, 주어 + 동사	**Trước khi** ăn cơm, tôi đã viết xong thư. 밥 먹기 전에 나는 편지를 썼다.
~후에	sau	sau + 명사, 주어 + 동사	**Sau** mùa hè này, chị ấy sẽ đi du học ở Canada. 이번 여름 후에 그녀는 캐나다로 유학 간다.
	sau khi	sau khi + (주어) + 동사, 주어 + 동사	**Sau khi** làm xong việc, ông Tuấn về nhà. 일을 끝낸 후 Tuấn 할아버지는 집에 간다.
~동안에	trong	trong + 명사, 주어 + 동사	**Trong** 2 tiếng, em Hoa gặp giáo sư. 두 시간 동안 Hoa는 교수님을 만났다.
	trong khi	trong khi + (주어) + 동사, 주어 + 동사	**Trong khi** học tiếng Việt, anh ấy không nói gì cả. 베트남어를 공부하는 동안 그는 아무 말도 하지 않았다.

3 그 외의 단어

어휘	뜻	어휘	뜻
bệnh viện	병원	hè / hạ*	여름
bưu điện	우체국	học bổng	장학금
căn tin	구내식당	hồ	호수
châu Âu	유럽	kí túc xá	기숙사
dân ca	민요	món ăn	음식
du lịch	여행	núi	산
giám đốc	감독, 사장	ngoại ngữ	외국어
hiệu sách	서점	văn phòng	사무실
phố	거리	gửi	보내다
quê	고향	leo	오르다
siêu thị	슈퍼	làm bài tập	숙제 하다
trung tâm	중심, 학원	làm việc	일하다
trường đại học	대학교	nhận	받다
thư viện	도서관	nghỉ	쉬다
định	~할 예정이다	nổi tiếng	유명한

tip
mùa xuân 봄
mùa hè / hạ 여름
mùa thu 가을
mùa đông 겨울

연습문제

01 다음 그림과 맞는 단어를 연결하세요.

①

• ① bệnh viện

②

• ② hiệu sách

③

• ③ hồ

④

• ④ bưu điện

02 다음 그림과 맞는 단어를 연결하세요.

①  •   • ① kí túc xá

②  •   • ② núi

③  •   • ③ thư viện

④  •   • ④ siêu thị

03 빈칸에 알맞은 단어를 넣으세요.

① _____ học xong, tôi thường đi thư viện.

→ 공부를 마친 후에 나는 보통 도서관에 간다.

② _____ mình làm bài tập, bạn đã làm gì?

→ 내가 숙제를 하는 동안 너는 뭘 했어?

③ _____ bữa ăn tối, gia đình tôi thường xem ti vi.

→ 저녁을 먹은 후 우리 가족은 보통 TV를 본다.

④ _____ đi làm, anh trai tôi đọc báo.

→ 일 하러 가기 전에 내 형/오빠는 신문을 읽는다.

⑤ _____ giờ làm việc(근무시간), chị ấy không nói chuyện.

→ 근무 시간 중에 그는 이야기를 하지 않는다.

⑥ _____ 5 giờ chiều, tôi gặp cô Mai rồi.

→ 오후 5시 전에 나는 Mai 선생님을 만났다.

II. 문법

1 의문사 'đâu'

1) 행위/동작이 발생한 장소를 묻고 답하는 표현

문형	예문
Q: 주어 + 동사 + ở đâu? A: 주어 + 동사 + ở 장소.	Q: Em học tiếng Việt *ở đâu*? 너는 어디에서 베트남어를 공부하니? A: Em học tiếng Việt *ở* trường đại học ngoại ngữ Hàn Quốc. 저는 한국외국어대학교에서 베트남어를 공부해요. Q: Ngày mai, chúng ta gặp *ở đâu*? 내일 우리는 어디에서 만날까? A: Ngày mai, chúng ta gặp *ở* hiệu sách Kyobo. 내일 우리 교보문고에서 만나자.

2) 주어의 위치를 묻고 답하는 표현

문형	예문
Q: 주어 + ở đâu? A: 주어 + ở + 장소.	Q: Em (đang) *ở đâu*? 너는 어디에 있니? A: Em (đang) *ở* thư viện. 저는 도서관에 있어요. Q: Thầy Tú *ở đâu*? Tú 선생님은 어디 계십니까? A: Thầy ấy *ở* văn phòng. 그 선생님은 사무실에 계세요.

3.1) 행동의 방향, 목적을 묻고 답하는 표현

문형	예문
Q: 주어 + đi đâu? A: 주어 + đi 장소/동사.	Q: Anh *đi đâu*? 형/오빠 어디 가세요? A: Tôi *đi* thư viện. 나는 도서관에 가. Q: Chúng ta (đang) *đi đâu*? 우리 어디 가는 중이야? A: Chúng ta (đang) *đi* ăn. 우리는 밥 먹으러 가는 중이야.

3.2) 행동의 방향, 목적을 묻고 답하는 표현

문형	예문
Q: 주어 + đi đâu? A: 주어 + đi + vào / lên / xuống / về * ··· + 장소	Q: Chị ấy *đi đâu*? 그녀는 어디에 갔나요? A: Chị ấy *đi về* nhà. 그녀는 집에 돌아갔어요. Q: Em Mai *đi đâu*? Mai는 어디에 갔나요? A: Em ấy *đi lên* văn phòng. 그 애는 사무실에 올라갔어요.

ra(나가다), vào(들어가다), lên(올라가다), xuống(내려가다), về(돌아가다) 등의 단어와 함께 사용할 수 있다.

2 경험에 대해 묻고 답하기

1) đã ~ bao giờ chưa?

	문형	예문
긍정문	주어 + đã + 동사 + rồi.	1) Tôi *đã* đi Trung Quốc *rồi*. 나는 중국에 갔다. 2) Tôi *đã* ăn phở bò *rồi*. 나는 소고기 쌀국수를 먹었다.
부정문	1) 주어 + chưa + 동사 + bao giờ. 2) 주어 + chưa bao giờ + 동사.	1) Tôi *chưa* đi Trung Quốc *bao giờ*. 나는 (아직) 중국에 가본 적이 없다. 2) Tôi *chưa bao giờ* ăn phở bò. 나는 (아직) 소고기 쌀국수를 먹어본 적이 없다.
의문문	Q: 1) 주어 + đã + 동사 　　+ bao giờ chưa? 　 2) 주어 + đã bao giờ 　　동사 + chưa? A: +) Rồi. 　 -) Chưa.	1) Q: Anh *đã* đi Trung Quốc *bao giờ chưa*? 형/오빠는 중국에 가본 적이 있습니까? 　A: +) Rồi. 　　 -) Chưa. 2) Q: Chị *đã bao giờ* ăn phở bò *chưa*? 누나/언니는 소고기 쌀국수를 먹어본 적이 있습니까? 　A: +) Rồi. 　　 -) Chưa.

2) đã ~ lần nào chưa? : 경험의 횟수를 묻는 표현

	문형	예문
긍정문	주어 + đã + 동사 + 횟수 rồi	1) Tôi *đã* đi Mĩ *hai lần rồi*. 나는 미국에 2번 갔다. 2) Tôi *đã* ăn Bulgogi *mấy lần rồi*. 나는 불고기를 몇 번 먹었다.
부정문	1) 주어 + chưa + 동사 + lần nào. 2) 주어 + chưa lần nào + 동사.	1) Tôi *chưa* đi Mĩ *lần nào*. 나는 (아직) 미국에 가본 적이 없다. 2) Tôi *chưa lần nào* ăn Bulgogi. 나는 (아직) 불고기를 먹어본 적이 없다.

의문문	Q: 주어 + đã + 동사 + lần nào chưa? A: +) Rồi. 　　-) Chưa.	1) Q: Anh *đã* đi Mĩ *lần nào chưa*? 　　형/오빠는 미국에 가본 적이 있습니까? 　A: +) Rồi, tôi *đã* đi Mĩ *hai lần rồi*. 　　　-) Chưa. 2) Q: Chị *đã* ăn Bulgogi *lần nào chưa*? 　　누나/언니는 불고기를 먹어본 적이 있습니까? 　A: +) Rồi, tôi *đã* ăn Bulgogi *mấy lần rồi*. 　　　-) Chưa.

3 상관어구 chỉ ~ thôi

"단지 ~일 뿐이다"로 해석하며, chỉ는 동사 앞에 위치하고 thôi는 문장 마지막에 위치한다.

	문형	예문
1	주어 + chỉ + 동사 + thôi.	1) Tôi *chỉ* mua một quyển sách *thôi*. 　나는 단지 책 한 권만 샀다. 2) Anh ấy *chỉ* biết tên của chị ấy *thôi*. 　그는 단지 그녀의 이름만 안다.
2	주어 + chỉ + 동사.	1) Tôi *chỉ* mua một quyển sách. 　나는 단지 책 한 권만 샀다. 2) Anh ấy *chỉ* biết tên của chị ấy. 　그는 단지 그녀의 이름만 안다.
3	주어 + 동사 + thôi.	1) Tôi mua một quyển sách *thôi*. 　나는 단지 책 한 권만 샀다. 2) Anh ấy biết tên của chị ấy *thôi*. 　그는 단지 그녀의 이름만 안다.

연습문제

01 문장을 듣고 빈칸에 알맞은 단어를 넣으세요.

① Q Em _____?

A Em đi _____.

② Q Mẹ đang _____?

A Mẹ ở _____.

③ Q Anh Park _____ ở đâu?

A Anh ấy _____ ở công ti VN.

④ Q Các bạn _____?

A Chúng tôi đi _____.

⑤ Q Chị đang _____?

A Chị đang ở _____.

⑥ Q Chị Hiền _____?

A Chị ấy đi _____.

⑦ Q Chị _____ đi thư viện Quốc gia _____?

   A Chưa, chị _____ đi.

⑧ Q Cậu đã đi Lào _____?

   A Tớ đi Lào _____ rồi.

⑨ Q Anh đã ăn món ăn Thái Lan _____?

   A Chưa, anh _____ ăn.

⑩ Q Em đã đọc **Chiến tranh và hoà bình** _____?

   A Em đã đọc sách đó _____ rồi.

⑪ Q Cậu đã nhận học bổng _____?

   A Rồi. Học kì trước tớ đã nhận học bổng rồi.

⑫ Q Chị đã học tiếng Pháp _____?

   A Rồi. Tôi học _____ rồi.

02 대화를 듣고 빈칸에 알맞은 베트남어를 넣어 대화를 완성하세요.
(문제와 관련된 단어와 문법은 정답과 해설을 참고하세요.)

S · J : Chị _____ biết cô Ngọc _____?

누나 Ngọc 선생님 아세요?

Mai : Biết chứ. Em hỏi _____?

알지. 무엇 때문에 묻는 거야?

S · J : Em _____ đăng kí học môn tiếng Anh của cô ấy. Cô ấy dạy _____?

제가 그 선생님의 영어 수업을 막 등록했거든요. 그 선생님이 가르치시는 건 어떤가요?

Mai : Cô ấy _____ nghiêm khắc _____ dạy cực kì hay. Em cố gắng học nhé!

그 선생님은 엄격하지만 매우 재미있게 가르치셔. 열심히 공부하렴!

S · J : Dạ, em sẽ học _____ ạ.

네, 저는 열심히 공부해야겠어요.

Ⅲ. 회화

1 이웃과의 대화

A   Xin lỗi, anh chị đã sống ở Việt Nam bao lâu* rồi?
실례지만 형, 누나는 베트남에서 얼마나 오래 사셨습니까?

B   Chúng tôi mới đến Việt Nam. Chỉ khoảng 6 tháng thôi.
우리는 방금 베트남에 도착했어요. 단지 6개월 정도 되었어요.

A   Thế ở Hà Nội, anh chị đang thuê nhà ở đâu?
그럼 하노이에서 형, 누나는 어디에 집을 빌리셨나요?

B   Chúng tôi đang thuê nhà ở phố Hai Bà Trưng, gần hồ Hoàn Kiếm.
우리는 호안 끼엠 호수 근처 Hai Ba Trưng 거리에 집을 빌렸어요.

A   Anh chị thấy sống ở phố Hai Bà Trưng thế nào? Có tiện không?
형, 누나는 Hai Ba Trưng 거리에서 사는 것에 대해 어떻게 생각하세요? 편리한가요?

B   Tiện lắm! Nhà ở gần hồ Hoàn Kiếm nên buổi sáng chúng tôi thường đi dạo.
매우 편리해요! 집이 호안 끼엠 호수 근처에 있어서 우리는 보통 아침에 산책을 해요.

bao lâu 얼마 동안

2 친구와의 대화

A Nghỉ hè này cậu định đi đâu không?
이번 여름방학에 너는 어디를 갈 예정이야?

B Tớ định đi du lịch Hội An với gia đình.
나는 가족과 함께 호이안으로 여행 갈 예정이야.

Cậu đã đi Hội An bao giờ chưa?
너는 호이안 가본 적 있어?

A Tớ đã đi hai lần rồi.
나는 두 번 가봤어.

B Hình như món ăn nổi tiếng của Hội An là Cao Lầu phải không?
아마도 호이안의 유명한 음식은 까오 러우 맞지?

A Đúng rồi. Gần nhà tớ có một nhà hàng Cao Lầu. Cậu muốn đi ăn thử không?
맞아. 우리 집 근 처에 까오 러우 식당이 있어. 너는 먹어 보고 싶니?

B Thích quá, cuối tuần đi nhé!
좋아, 이번 주말에 가자!

연습문제

01 다음 예문을 따라 문장을 완성하세요.

예문 bà / bây giờ / mua sách / hiệu sách

Q: Bây giờ bà đi đâu?

A: Bây giờ, tôi đi mua sách.

Q: Bà mua sách ở đâu?

A: Tôi mua sách ở hiệu sách.

① em Min-soo / hôm nay / học tiếng Anh/ trung tâm ngoại ngữ

→ _____

_____

_____

_____

② chị Liên / hôm qua / đi gửi thư / bưu điện

→ _____

_____

_____

_____

③ ông Tuấn / bây giờ / ăn trưa / căn tin của công ti

→ _____

_____

_____

_____

④ cô Mai / cuối tuần trước / về quê / Hải Dương

→ _____

_____

_____

_____

02 다음을 듣고 빈칸에 알맞은 베트남어를 넣으세요.

① Chị ấy _____ đi châu Âu.

② Em đã đi Nha Trang _____ rồi.

③ Ông tôi _____ đi leo núi Phan Xi Păng _____.

④ Tôi _____ nghe dân ca Việt Nam.

⑤ Gia đình tôi đi Úc _____ rồi.

⑥ Em _____ gặp giám đốc mới.

⑦ Chị _____ xem múa rối nước(수상인형극).

⑧ Anh ấy đi vịnh Hạ Long _____ rồi.

03 다음을 듣고 빈칸에 알맞은 베트남어를 넣으세요.

① Tớ làm bài tập _____.

② Anh ấy _____ ở Hà Nội 2 tuần.

③ Bố tôi _____ đọc báo Tuổi trẻ _____.

④ Em _____ uống 1 cốc cà phê _____.

Bài 13

Từ văn phòng đến thư viện Quốc gia 700m.

학습 내용

1. 거리를 나타내는 어휘와 '보다'를 의미하는 동사의 차이를 이해하고 실생활에서 활용할 수 있다.
2. bao lâu(기간), bao xa(거리)를 활용하여 기간과 거리를 묻고 답하는 문장 및 bằng gì(무엇으로)?를 활용하여 수단, 도구, 재료 등을 묻고 답하는 문장을 만들 수 있다.
3. bao lâu(기간), bao xa(거리)를 활용하여 기간과 거리를 묻고 답하는 문장 및 bằng gì(무엇으로)?를 활용하여 수단, 도구, 재료 등을 묻고 답할 수 있다.

I. 어휘와 표현

1 거리를 나타내는 표현

	용법	예문
1	từ A đến B 거리	1) **Từ** nhà em **đến** thư viện 5km. 제 집에서 도서관까지 5km입니다. 2) **Từ** văn phòng **đến** thư viện Quốc gia 700m. 사무실에서 국립도서관까지 700m이다.
2	B cách đây 거리	1) Sân bay Nội Bài *cách đây* khoảng 30km. 노이바이 공항은 이곳에서 30km 떨어져 있다. 2) Trung tâm ngoại ngữ *cách đây* 10km. 외국어 학원은 이곳에서 10km 떨어져 있다.
3	B cách A 거리	1) Công ti SEN *cách* nhà tôi khoảng 13km. SEN회사는 내 집에서 약 13km 떨어져 있다. 2) Trường học *cách* nhà tôi khoảng 7km. 학교는 내 집에서 약 3km 떨어져 있다.

2 '보다'를 나타내는 어휘

	단어	예문
1	xem (텔레비전, 영화 등을 관찰하듯) 보다	1) Tôi hay* đi xem phim với bạn. 나는 자주 친구와 영화를 보러 간다. 2) Buổi tối, bố tôi thường xem ti vi. 저녁에 내 아버지는 보통 텔레비전을 보신다.
2	nhìn (목적을 갖고 의도적으로) 보다	1) Hai người nhìn nhau. 두 사람이 서로 바라 본다.
3	ngắm (경치를 감상하며) 보다	1) Tôi thích đi ngắm biển. 나는 바다를 보러 가는걸 좋아한다. 2) Chị ấy hay ngồi ở đây để ngắm phong cảnh. 그녀는 자주 풍경을 보기 위해 이곳에 앉는다.
4	thấy (자연스럽게 보이는 것을) 보다	Em đi thẳng đến cuối đường này thì sẽ thấy ngân hàng. 이 길 끝까지 가면 은행이 보일 거야.

tip

hay의 다양한 쓰임
1) 형용사: 흥미로운, 재미있는
2) 부사: 자주
3) 선택 의문문
Anh uống cà phê hay uống trà?
(형/오빠는 커피를 마시겠어요 아니면 차를 마시겠어요?)

5	trông (돌보거나, 지킨다는 의미의)보다, ~처럼 보이다	1) Tôi thường đến nhà chị gái tôi để trông cháu tôi. 나는 보통 조카를 (돌)보기 위해 내 누나/언니의 집에 간다. 2) Cô ấy trông mệt quá! 그녀는 매우 피곤한 것처럼 보인다.	

3 그 외의 어휘

어휘	뜻	어휘	뜻
đường phố	거리	ngã năm	오거리
đông	많은	hiệu kem	아이스크림가게
hơn nữa	게다가, 또한	nhìn thấy	보다
ở đây	이 곳	rẽ	돌다
thành phố	도시	trái	왼쪽
bằng	~으로	sang	건너다
tiện	편리한	trường (học)	학교
có lẽ	아마도	phương tiện	교통수단
ngày xưa	옛날, 과거의	riêng	개인의, 사적인
chủ yếu	주요한	bị ốm	아픈
chờ	기다리다	khách sạn	호텔
thăm quan	관광하다	quán ăn	식당
cổ	오래된	thìa	숟가락
bảo tàng	박물관	đĩa	포크
lịch sử	역사	sứ	도자기
đi qua	지나가다	gỗ	목 재
khu	구역, 지역	bị hỏng	고장난
tàu điện ngầm	전철	muộn	늦은
nghiên cứu	연구하다	thời tiết	날씨
thêm	더하다	nhựa	플라스틱

연습문제

01 다음 그림과 맞는 단어를 연결하세요.

①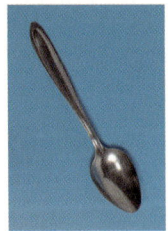

• (1) bị ốm

②

• (2) thăm quan

③

• (3) thìa

④

• (4) hiệu kem

02 다음 그림과 맞는 단어를 연결하세요.

①    • (1) khách sạn

②    • (2) đĩa

③    • (3) sứ

④    • (4) gỗ

03 다음 그림과 맞는 단어를 연결하세요.

① • 　　　　　　　　　　　　• (1) quán ăn

② • 　　　　　　　　　　　　• (2) thời tiết

③ • 　　　　　　　　　　　　• (3) trái

④ • 　　　　　　　　　　　　• (4) bảo tàng

04 빈칸에 알맞은 단어를 넣으세요.

① _____ ngân hàng Kovi _____ bệnh viện VN khoảng 800m.

→ Kovi 은행에서 VN병원까지 약 800m이다.

② Viện văn học(문학원) _____ ga Hà Nội khoảng 25km.

→ 문학원은 하노이 역에서 약 25km 떨어져 있다.

③ Sân bay Tân Sơn Nhất _____ _____ 17km.

→ 떤선녓 공항은 (여기에서) 17km 떨어져 있다.

④ Công viên _____ nhà tôi 800m.

→ 이 공원은 내 집에서 800m 떨어져 있다.

⑤ Hiệu sách Thăng Long _____ _____ 2km.

→ 탕롱 서점은(여기에서) 2km 떨어져 있다.

⑥ _____ nhà em _____ đại học Quốc gia khoảng 13km.

→ 제 집에서 국립대학교까지 약 13km입니다.

05 빈칸에 알맞은 단어를 넣으세요.

① Sau khi đi công tác về, bố tôi _____ mệt quá.

→ 출장에서 돌아오신 후 내 아버지는 매우 피곤해 보였다.

② Cậu _____ cây ngân hạnh(은행나무) kia không?

→ (너는) 저 은행나무가 보이니?

③ Mỗi cuối tuần tôi thường đi _____ phim.

→ 매 주말 나는 보통 영화를 보러 간다.

④ Em ấy đứng(서다) _____ mình trong gương.

→ 그 아이는 거울 속의 자신을 바라본다.

⑤ Tôi _____ quanh(주위의) tìm bạn mình.

→ 나는 내 친구를 찾으려고 주변을 둘러봤다.

⑥ Gia đình tôi đi _____ hoa anh đào(벚꽃).

→ 내 가족은 벚꽃을 보러 갔다.

⑦ Cậu _____ cái mũ tớ thế nào?

→ 내 모자가 어때 보여?

⑧ Tôi _____ em cho mẹ đi ra ngoài.

→ 나는 어머니가 외출하셔서 동생을 돌봤다.

⑨ Tôi _____ cái hộp ấy trống(비어있는) không.

→ 나는 그 상자가 빈 것을 보았다.

⑩ Em ấy quay lại(돌다) _____ con chó của mình.

→ 그 아이는 내 강아지를 보려고 (몸을) 돌렸다.

⑪ Q _____ nhà em _____ công viên Sen mấy km?

→ 네 집에서 Sen 공원까지 몇 km니?

A _____ nhà em _____ công viên Sen khoảng 3 km?

→ 제 집에서 Sen 공원까지 약 3km입니다.

⑫ Q Bảo tàn Mĩ thuật Hà Nội _____ _____ mấy km?

→ 하노이 미술관은 여기에서 몇 km인가요?

A Bảo tàn Mĩ thuật Hà Nội _____ _____ hơn 5km.

→ 하노이 미술관은 이곳에서 5km 더 떨어져 있어요.

II. 문법

1 기간 묻고 답하기

문형	예문
1	Q: 주어 + (đã) 동사 + bao lâu rồi? A: 주어 + (đã) 동사 + 기간 rồi.	Q: Anh *đã* sống ở Hà Nội *bao lâu rồi*? 형/오빠는 하노이에 얼마 동안 사셨나요? A: Tôi *đã* sống ở Hà Nội *3 tháng rồi*. 나는 하노이에서 3개월 살았어.
2	Q: 주어 + (sẽ) 동사 + bao lâu nữa? A: 주어 + (sẽ) 동사 + 기간 nữa.	Q: Chị *sẽ* ở Seoul *bao lâu nữa*? 누나/언니는 서울에 얼마나 계실 건가요? A: Tôi *sẽ* ở Seoul *khoảng 2 tuần nữa*. 나는 약 2주 동안 서울에 있을 거야.
3	Q: 주어 + 동사 + trong bao lâu? A: 주어 + 동사 + 기간.	Q: Em học tiếng Pháp *trong bao lâu*? 너는 얼마 동안 프랑스어를 공부했니? A: Em học tiếng Pháp *trong 2 năm*. 저는 2년 동안 프랑스어를 공부했어요.

* 'bao lâu?'는 '얼마 동안'으로 해석하며, 문장 마지막에 위치한다.
* mấy tiếng(몇 시간), mấy ngày(며칠), mấy tháng(몇 개월), mấy năm(몇 년)?을 bao lâu 자리에 넣어 사용할 수 있다.
* 얼마나 걸리는지 물어볼 때는 '*mất bao lâu*'를 사용한다.

Q: Từ nhà em đến trường học *mất bao lâu*?
　네 집에서 학교까지 얼마나 걸리니?

A: Từ nhà em đến trường học *mất 1 tiếng rưỡi*.
　제 집에서 학교까지 1시간 반 걸려요.

2 기간 묻고 답하기

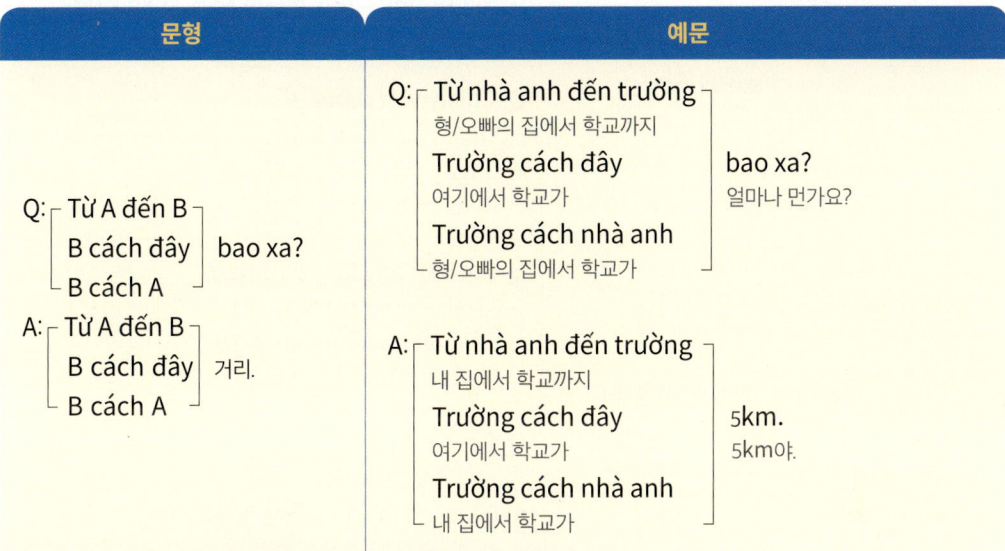

* bao xa?'는 '얼마나 떨어져 있습니까?'로 해석하며, 문장 마지막에 사용한다.
* mấy / bao nhiêu km(m)?를 bao xa 자리에 넣어 사용할 수 있다.

3 수단에 대해 묻고 답하기

		문형	예문
1	수단	Q: 주어 + 동사 + bằng + 동사 + gì? A: 주어 + 동사 + bằng + 명사 + 수단.	Q: Anh đi làm **bằng phương tiện gì**? 형/오빠는 무슨 교통수단으로 일하러 가나요? A: Tôi đi làm **bằng xe ô tô riêng**. 나는 자동차로 일하러 가. Q: Người Việt Nam nói **bằng ngôn ngữ gì**? 베트남 사람은 무슨 언어로 이야기하나요? A: Người Việt Nam nói **bằng ngôn ngữ Việt**. 베트남 사람은 베트남어로 이야기해요.

Bài 13 Từ văn phòng đến thư viện Quốc gia 700m.

2	도구	Q: 주어 + 동사 + *bằng gì?* A: 주어 + 동사 + *bằng* 도구.	Q: Người Hàn Quốc ăn *bằng gì?* 한국사람은 무엇으로 먹나요? A: Người Hàn Quốc ăn *bằng đũa và thìa.* 한국 사람은 젓가락과 숟가락으로 먹어요.
			Q: Chị ấy viết *bằng gì?* 그녀는 무엇으로 쓰나요? A: Chị ấy viết *bằng bút chì.* 그녀는 볼펜으로 쓰고 있어요.
3	재료	Q: 주어 + làm + *bằng gì?* A: 주어 + làm + *bằng* 재료.	Q: Cái bàn này làm *bằng gì?* 이 책상은 무엇으로 만들었나요? A: Cái bàn này làm *bằng gỗ.* 이 책상은 목재로 만들었어요.
			Q: Cái cốc kia làm *bằng gì?* 저 컵은 무엇으로 만들었나요? A: Cái cốc kia làm *bằng nhựa.* 저 컵은 플라스틱으로 만들었어요.

4 원인, 이유에 대해 묻고 답하기

문형	예문

Q: ⎡ Vì sao ⎤
   ⎢ Sao ⎥ + 주어 + 동사 (+목적어) ?
   ⎣ Tại sao ⎦
 	
A: ⎡ Bởi vì ⎤
   ⎢ Vì   ⎥ + 주어 + 동사 (+목적어) ?
   ⎣ Tại vì ⎦
	Q: ⎡ Vì sao ⎤
	   ⎢ Sao ⎥ anh học tiếng Việt?
	   ⎣ Tại sao ⎦
	왜 형/오빠는 베트남어를 공부하나요?
	
	A: ⎡ Bởi vì ⎤
	   ⎢ Vì ⎥ tôi chuẩn bị làm việc ở Việt Nam.
	   ⎣ Tại vì ⎦
	왜냐하면 나는 베트남에서 일하는 것을 준비하기 때문이야.

Q: Vì sao ⎤
   Sao   ⎬ em đi Hà Nội?
   Tại sao⎦

왜 너는 하노이에 가니?

A: Bởi vì ⎤
   Vì   ⎬ chị gái của em sống ở Hà Nội.
   Tại vì ⎦

왜냐하면 제 누나/언니가 하노이에 살기 때문이에요.

5 원인과 결과에 대해 말하기

	문형	예문
1	Vì + 주어 + 동사 + nên +주어 + 동사	1) **Vì** tôi bị ốm **nên** không đi học. 왜냐하면 내가 아파서 학교에 가지 않았다. 2) **Vì** trời lạnh **nên** các cháu ở nhà. 왜냐하면 날씨가 추워서 아이들은 집에 있다.
2	주어 + 동사 + nên +주어 + 동사	1) Tôi bị ốm **nên** không đi học. 내가 아파서 학교에 가지 않았다. 2) Trời lạnh **nên** các cháu ở nhà. 날씨가 추워서 아이들은 집에 있다.
3	주어 + 동사 + vì +주어 + 동사	1) Tôi không đi học **vì** (tôi) bị ốm. 나는 아프기 때문에 학교에 가지 않았다. 2) Các cháu ở nhà **vì** trời lạnh 춥기 때문에 아이들은 집에 있다.

* vì의 주어와 nên의 주어가 같을 경우 생략이 가능하다.

연습문제

01 다음을 듣고 빈칸에 알맞은 베트남어를 넣으세요.

① Q Chị đã ở Hà Nội _____?

   A Chị đã ở Hà Nội _____.

② Q Anh Park sẽ ở Huế _____?

   A Anh Park sẽ ở Huế _____.

③ Q Em Minh đã học tiếng Anh _____?

   A Em Minh đã học tiếng Anh _____.

④ Q Ông Tuấn sẽ ở Đà Lạt _____?

   A Ông Tuấn sẽ ở Đà Lạt _____.

⑤ Q Từ ngân hàng đến khách sạn _____?

   A Từ ngân hàng đến khách sạn _____ 300m.

⑥ Q Nhà anh cách quán ăn _____?

   A Nhà anh cách quán ăn _____.

7 **Q** _____ hiệu sách _____ nhà chị _____?

A _____ hiệu sách _____ nhà chị khoảng 10km.

8 **Q** Nhà hát lớn _____ bao xa?

A Nhà hát lớn _____ 800m.

9 **Q** Anh Paul đi Hải Phòng _____?

A Anh Paul đi Hải Phòng _____ xe ô tô.

10 **Q** Cái bát này _____?

A Cái bát này làm _____ sứ.

11 **Q** Cô Liên _____ Mĩ bằng _____?

A Cô Liên đi Mĩ bằng _____.

12 **Q** _____ chị học tiếng Việt?

A _____ tôi muốn _____ về Việt Nam.

Bài 13 Từ văn phòng đến thư viện Quốc gia 700m.

⑬ Q _____ em không đi tham quan?

A Vì em _____.

⑭ _____ em ấy học giỏi _____ nhận được học bổng.

⑮ Vì chị ấy _____ bài nên hỏi lại thầy giáo.

⑯ Vì xe đạp của chị ấy _____ nên đi học _____.

⑰ Vì _____ rất nóng _____ các em không muốn đi chơi.

02 다음 대화를 듣고 빈칸에 알맞은 베트남어를 넣어 대화를 완성하세요.

① Q Anh có biết bệnh viện Bạch Mai _____ không?

A Bệnh viện Bạch Mai _____ đường Giải Phóng.

Q Từ đây đến đó _____?

A Từ đây đến đó _____ 10km.

Q Tôi muốn đến đó, _____?

A Theo tôi, chị nên đi _____ xe buýt.

② Q Em có biết thư viện Quốc gia _____ không?

A Thư viện Quốc gia _____ phố Tràng Thi.

Q Từ đây đến đó _____?

A Từ đây đến đó _____ 800m.

Q Tôi muốn đến đó, _____?

A Theo em, chị nên đi bằng _____.

③ Q Chị có biết hiệu sách Kyobo _____ không?

A Hiệu sách Kyobo _____ Gwanghwamun.

Q Từ đây đến đó _____?

A Từ đây đến đó _____ 3km.

Q Tôi muốn đến đó, _____?

A Theo tôi, anh nên đi bằng _____.

Bài 13 Từ văn phòng đến thư viện Quốc gia 700m.

III. 회화

1 친구와의 대화

A Đường phố Hà Nội đông người quá nhỉ?
하노이 거리는 너무 붐비지 않아?

B Ừ, vì đường phố Hà Nội không rộng lắm.
Hơn nữa, ở đây có nhiều xe đạp, xe máy và xe ô tô.
응, 하노이의 거리는 그다지 넓지 않기 때문이야. 또한 이 곳에는 많은 자전거, 오토바이와 자동차가 있어.

A Ở thành phố này, đi bằng xe gì thì tiện nhất?
이 도시에서 무슨 차(교통수단)로 가야 가장 편리할까?

B Có lẽ đi bằng xe máy tiện nhất.
아마 가장 편리한 것은 오토바이일거야.

A À, xích lô là xe gì?
아, 씨클로는 뭐야? (무슨 차야?)

B Ngày xưa người Hà Nội chủ yếu đi xích lô. Nhưng bây giờ xe xích lô chỉ chở khách thăm quan phố cổ thôi.
과거에 하노이 사람들은 주로 씨클로로 다녔어. 그러나 지금 씨클로는 구시가지를 방문하는 손님만 태워.

2 지나가는 행인에게 길 묻기

A Chị ơi, từ đây đến Bảo tàng lịch sử có xa không?
여기에서 역사 박물관까지 먼가요?

B Không xa lắm. Chỉ khoảng 500m thôi.
Em đi qua ngã năm là đến.
멀지 않아요. 단지 약 500미터입니다. 오거리를 지나면 도착이에요.

A Ngã năm ở đâu ạ?
오거리는 어디에 있나요?

B Em đi thẳng qua hiệu kem Tràng Tiền thì sẽ nhìn thấy ngã năm.
짱 띠엔 아이스크림 가게를 지나면 오거리를 볼 수 있어요.

A Bảo tàng lịch sử ở ngay đó hả chị?
역사 박물관은 바로 거기에 있나요?

B Không, em phải đi qua đường, rẽ trái, sau đó sang đường một lần nữa là đến.
아니요. 길을 건너서 좌회전하고 그 다음에 한 번 더 길을 건너면 도착이에요.

A Em cảm ơn chị.
감사합니다.

연습문제

01 다음 예문을 따라 문장을 완성하세요.

> **예문** anh Hùng / ở Trung Quốc / 3 tháng / 1 năm
>
> Q: Anh Hùng đã ở Trung Quốc bao lâu rồi?
> A: Anh Hùng đã ở Trung Quốc 3 tháng rồi.
> Q: Lần này, anh Hùng ở Trung Quốc bao lâu nữa?
> A: Lần này, anh Hùng ở Trung Quốc 1 năm nữa.

① cô Thủy / thuê nhà này / 6 tháng / 2 năm
→ _____

② em Jane / học tiếng Việt / 3 tháng / 3 năm
→ _____

③ anh Kim / ở Hà Nội / 3 ngày / 1 tháng
→ _____

_____

_____

02 다음을 듣고 빈칸에 알맞은 베트남어를 넣으세요.

① **Q** Cô Choi đã làm việc ở Đức _____?

A Cô Choi đã làm việc ở Đức _____.

② **Q** Chị Kim đã học tiếng Việt _____?

A Chị Kim đã học tiếng Việt _____ rồi.

③ **Q** Nhà chị _____ trường học _____?

A Nhà chị _____ trường học 5km.

④ **Q** Bưu điện _____ bao xa?

A Bưu điện _____ 500m.

⑤ **Q** Chị Kim đã học tiếng Việt _____?

A Chị Kim đã học tiếng Việt _____ rồi.

6 **Q** Người châu Âu _____?

A Người châu Âu ăn bằng _____ và _____.

7 **Q** Cái tủ sách kia làm _____?

A Cái tủ sách kia làm bằng _____.

8 **Q** Em Hoàng _____ bài bằng _____?

A Em Hoàng viết bài bằng _____.

9 **Q** Cái đĩa này _____?

A Cái đĩa này _____.

10 **Q** _____ anh không đi xem phim?

A Vì tôi _____.

11 **Q** _____ chị học tiếng Pháp?

A Vì _____ tôi làm việc ở Pháp.

03 다음을 듣고 빈칸에 알맞은 베트남어를 넣으세요.

① _____ chị Kim sẽ làm việc ở Anh _____ học tiếng Anh.

② Vì thầy Nam _____ nên không _____.

③ _____ em Loan _____ nên không đi học.

④ _____ cơ quan có nhiều việc nên mọi nhân viên làm _____.

최종 확인 복습 문제

01 빈칸에 들어갈 말로 알맞은 것은?

A: Cháu vào đại học _____?
B: Cháu vào đại học 2 năm trước.

① khi nào ② với ai
③ để làm gì ④ ở chỗ nào

02 빈칸에 들어갈 말로 알맞은 것은?

* Hôm nay là thứ ba.
A : Hôm kia là thứ mấy?
B : Hôm kia là _____.

① thứ hai ② thứ năm
③ thứ bảy ④ chủ nhật

03 빈칸에 들어갈 말로 알맞은 것은?

A : Anh sống ở TP. Hồ Chí Minh _____ rồi?
B : Anh sống ở TP. Hồ Chí Minh khoảng 10 năm rồi.

① mấy năm ② thế nào
③ với ai ④ để làm gì

04 빈칸에 들어갈 말로 알맞은 것은?

A : Sau khi _____ thế nào?
B : Ừ, chúng ta cùng đi nhé.

① đi học chúng ta xong thư viện
② đi chúng ta học thư viện xong
③ học chúng ta thư viện đi xong
④ học xong chúng ta đi thư viện

05 문장 표현이 옳은 것을 <보기>에서 고른 것은?

보기

a. Tôi đi Huế hai trước tuần.
b. Lớp tôi có mười hai sinh viên.
c. Chị Linh học tiếng Hàn bảy năm.
d. Bây giờ là hai giờ mười phút kém.

① a, b
② a, d
③ b, c
④ b, d

06 빈칸에 들어갈 말로 알맞은 것은?

A : Mấy giờ chị đi làm?
B : _____.

① Tám giờ đi chị sáng làm
② Tám giờ sáng chị đi làm
③ Sáng đi làm chị tám giờ
④ Sáng chị đi làm tám giờ

07 밑줄 친 부분과 유사한 의미로 바꾸어 쓸 수 있는 것은?

A : Áo màu xanh kia giá bao nhiêu?
B : Áo kia giá 350.000 đồng.

① bán ở đâu
② bán những gì
③ bao nhiêu tiền
④ bán từ ngày nào

08 문장 표현이 옳은 것을 <보기>에서 고른 것은?

> **보기**
>
> a. Trước đi làm, tôi thường đọc báo.
> b. Trước ba giờ chiều nay, tôi đi thư viện.
> c. Trong làm việc, anh ấy không nói chuyện.
> d. Trong khi tôi làm bài tập, em gái tôi xem phim.

① a, b
② a, d
③ b, c
④ b, d

09 빈칸 (a), (b)에 들어갈 말로 알맞은 것은?

> • Tôi ____(a)____ tiền từ ngân hàng.
> • Tôi ____(b)____ sách <Nỗi buồn chiến tranh> ở thư viện.

	(a)	(b)
①	vay	mượn
②	vay	thuê
③	thuê	mượn
④	mượn	vay

10 빈칸 (a), (b)에 들어갈 말로 알맞은 것은?

- Gia đình tôi hay đi ____(a)____ biển
- Cuối tuần tôi thường đi ____(b)____ phim.

	(a)	(b)
①	xem	ngắm
②	ngắm	xem
③	trông	ngắm
④	trông	xem

11 다음 문장에 알맞은 성조를 표시하여 완성하시오.

Chi gai tôi it khi uông ca phê.

→ _____

12 다음 문장에 알맞은 성조를 표시하여 완성하시오.

Tôi chưa ăn mon ăn Việt Nam lân nao.

→ _____

13 문법에 주의하여 다음 문장을 베트남어로 적으시오.

지난주 수요일, 내 누나는 미국에 갔다.

→ _____

14 다음 숫자를 베트남어로 쓰시오.

42.065

→ _____

15 다음 숫자를 베트남어로 쓰시오.

6.270.831

→ _____

정답

정답

Bài 1.

Ⅰ. 베트남어와 베트남어의 역사

1. ②
2. ①
3. ③

Ⅱ. 베트남어 문자 (Bảng chữ cái tiếng Việt)

1. 다음 단어를 듣고 알맞은 자음을 쓰세요.

1) béo tốt
2) xe buýt
3) công ti
4) nước dừa
5) hoà bình

2. 다음 단어를 듣고 알맞은 모음을 쓰세요.

1) bờ đê
2) sân
3) yêu
4) nón
5) mừng
6) ba
7) én
8) tên
9) ăn
10) bút
11) tô

Ⅲ. 베트남어의 성조

1) bắt đầu
2) đền bù
3) tình hình
4) xe ô tô
5) tắc đường
6) dân số
7) dưa hấu
8) đô la
9) tiếng Hàn
10) đồng ý

Bài 2.

Ⅰ. 이중 모음 (Nguyên âm đôi)

1) đĩa   mía
2) biển   kiến
3) cua   vua
4) muỗi   thuốc
5) ngựa   sữa
6) bướm   vườn

Ⅱ. 복자음과 끝자음

1) chăn   chuối
2) giày   giá
3) ghế   ghi
4) khăn   khế
5) ngà   ngô
6) nghe   nghĩ
7) nhà   nho
8) phim   phở
9) thỏ   thư
10) trà   trâu
11) cốc   thác
12) ếch   sách
13) cơm   kem
14) tiền   xuân

15) bóng　　　　trăng

16) bánh　　　　kênh

17) hộp　　　　tháp

18) bốt　　　　quạt

III. 베트남어의 성조

1) hải sản

2) bãi miễn

3) hiệu quả

4) kĩ thuật

5) nhược điểm

6) giải phẫu

7) lãnh thổ

8) đại diện

9) quyển lịch

10) rực rỡ

11) sản phẩm

12) mạ kẽm

13) phạm lỗi

14) nội trợ

15) biểu diễn

16) bãi biển

17) nghĩa vụ

Bài 3.

Ⅰ. 어휘와 표현

1. 다음 문장을 베트남어로 쓰세요.

1) Rất vui được gặp anh.

2) Lâu rồi không gặp bạn.

3) Chị có gì mới không?

4) Hẹn gặp lại bạn.

5) Em đi trước.

6) Tôi không có gì mới cả.

7) Tôi vẫn bình thường.

2. 다음의 뜻과 맞는 단어를 연결하세요.

1. (4)

2. (3)

3. (5)

4. (1)

5. (2)

---

1. (4)

2. (5)

3. (1)

4. (3)

5. (2)

Ⅱ. 문법

1. 빈칸에 들어갈 알맞은 표현을 쓰세요.

1) Cháu / ông / cháu

2) khoẻ / Cảm ơn / khoẻ

3) vui / gặp / cũng / vui / gặp

4) gì / mới / gì / mới

5) Hẹn / lại / gặp

6) về / trước / chào

Ⅲ. 회화

1. 다음 문장을 베트남어로 쓰세요.

1) 누나/언니와 만났을 때

A : Chào chị!

B : Chào em!

2) 웃어른(아저씨)을 만났을 때
A : Chào chú!
B : Chào cháu!

3) 친구와 헤어질 때
A : Chào bạn!
B : Chào bạn!

4) 여자 선생님과 헤어질 때
A : Em chào cô. Em xin phép đi trước ạ.
B : Chào em. Em đi nhé!

5) 할아버지를 만나 안부를 물을 때
A : Cháu chào ông. Dạo này ông có khoẻ không?
B : Cảm ơn cháu. Ông vẫn bình thường.

6) 형/오빠와 헤어질 때
A: Chào anh. Em về trước.
B: Chào em. Em đi nhé.

Bài 4.

I. 어휘와 표현

1. 빈칸에 알맞은 단어를 넣으세요.

1) Đây
2) đến từ
3) giới thiệu với
4) Đây
5) đến từ
6) giới thiệu với

2. 그림과 맞는 단어를 연결하세요.

1. (3)
2. (4)
3. (1)
4. (5)
5. (2)

---

1. (3)
2. (5)
3. (1)
4. (2)
5. (4)

II. 문법

1. 다음 문장을 부정문으로 바꾸세요.

1) Tên anh ấy không phải là Hùng.
2) Cô không phải là người Mĩ.
3) Ông ấy không phải là giáo viên.

2. 빈칸에 알맞은 단어를 넣으세요.

1) người / phải không
2) là
3) phải không / là
4) là gì

III. 회화

1. 다음 문장을 베트남어로 바꾸세요

1) Anh ấy tên là Hùng. / Tên anh ấy là Hùng.
2) Cô là người Mĩ.
3) Cô Mai là giáo viên.

2. 빈칸에 알맞은 단어를 넣으세요.

1) tên / tên
2) tên / tên

3) nước nào

4) nước nào

5) làm

6) làm

7) người nước

Bài 5.

Ⅰ. 어휘와 표현

다음 그림과 맞는 단어를 연결하세요.

1. (4)
2. (3)
3. (5)
4. (1)
5. (2)

1. (4)
2. (2)
3. (3)
4. (1)
5. (5)

1. (4)
2. (3)
3. (1)
4. (5)
5. (2)

1. (3)
2. (1)
3. (2)
4. (5)
5. (4)

Ⅱ. 문법

1. 다음 문장을 베트남어로 쓰세요.

1) Đây là cái bàn.

2) Kia là cái gì?

3) Con này là con chim phải không?

4) Quả đó không phải là quả xoài.

5) Anh Tuấn mua một đôi tất.

6) Cho tôi một đôi giày kia.

7) Con này là con mèo phải không?

8) Cho cô Mai một quyển lịch.

9) Cho tôi hai chai bia.

10) Tôi có một con chó.

2. 다음 대화를 베트남어로 쓰세요.

1) Q : Kia là con gì?

　　A : Kia là con mèo.

2) Q : Quả kia là quả xoài phải không?

　　A : Không phải, quả kia là quả bóng.

3) Q : Con kia là con khỉ phải không?

　　A : Không phải, con kia là con hổ.

4) Q : Đó là bức thư phải không?

　　A : Dạ phải, đó là bức thư.

Ⅲ. 회화

1. 다음 문장을 베트남어로 쓰세요.

1) Đây là quả bóng.

2) Tờ giấy kia không phải là tờ báo.

3) Người Việt Nam gọi cái này là con dao.

4) Thầy Nam có hai quyển từ điển.

5) Người Hàn Quốc gọi con chó này là chó Jindo.

6) Kia không phải là quả táo.

7) Cái ghế đó (là) của bố tôi.

8) Tôi cũng đọc sách đó.

9) Q : Quả này là quả bóng phải không?

　　A : Dạ phải, quả này là quả bóng.

10) Q : Kia là cái giường phải không?

　　A : Không phải, kia là bức tranh.

Bài 6.

Ⅰ. 어휘와 표현

1.다음 그림과 맞는 단어를 연결하세요.

1. (4)
2. (5)
3. (2)
4. (3)
5. (1)

──────

1. (2)
2. (4)
3. (1)
4. (3)
5. (5)

──────

1. (3)
2. (4)
3. (1)
4. (2)
5. (5)

2. 빈칸에 알맞은 단어를 넣으세요.

1) Hôm qua

2) Ngày mai

3) Hôm nay

Ⅱ. 문법

1. 다음 문장을 베트남어로 쓰세요.

1) Anh Hùng có máy tính xách tay.

2) Tôi có 1 con mèo.

3) Chị Mai không có xe máy.

4) Tuấn không có từ điển Việt –Anh.

5) Q : Cậu có bút chì không?

　　A : Không, tớ có bút bi.

2. 빈칸에 알맞은 단어를 넣으세요.

1) Trong

2) Dưới

3) Trên

4) Bên cạnh

5) Giữa / và

3. 다음 문장을 베트남어로 쓰세요.

1) Q : Chị ăn gì?

　　A : Chi (đang) ăn bún chả.

2) Q : Cậu xem phim gì?

　　A : Tớ (đang) xem phim "Đi tìm Dory".

3) Q : Trong phòng có những gì?

　　A : Trong phòng có bàn, ghế và máy lạnh.

Ⅲ. 회화

1. 다음 그림을 보고 베트남어로 문장을 만드세요.

1) Trong phòng có giường, bàn và 2 cái ghế.

2) Trên giường có 3 bức tranh.

3) Trên bàn có bình nước và cốc.
4) Trên giường có 2 cái gối.
5) Trên bàn và ghế có cửa sổ.
6) Bên cạnh cửa sổ có gương.

2. 다음 그림을 보고 베트남어로 문장을 만드세요.

1) Trên bàn có đồng hồ và chậu hoa nhỏ.
2) Trên vở có kính.
3) Trên bàn có vở và bút bi.
4) Trên bàn có máy tính xách tay và cốc.

Bài 7.

Ⅰ. 어휘와 표현

1. 다음 단어의 반의어를 찾아서 연결하세요.

1. (5)
2. (4)
3. (6)
4. (2)
5. (1)
6. (3)

---

1. (3)
2. (5)
3. (6)
4. (1)
5. (2)
6. (4)

2. 빈칸에 알맞은 정도 부사를 넣으세요.

1) lắm
2) khá
3) không / lắm
4) hơi
5) rất
6) quá
7) rất

Ⅱ. 문법

1. 다음 표를 보고 질문에 답하세요.

1) Không. Eun-ha và Hoa không bằng tuổi nhau.
2) Lan thấp hơn Hoa và nhẹ hơn Hoa.
3) Eun-ha và Hoa nặng bằng nhau. Hoa ít tuổi hơn.
4) Trong 3 người, Eun-ha cao nhất và nhiều tuổi nhất.
5) Dại phải. Hoa và Lan bằng tuổi nhau.
6) Hoa cao hơn Lan (8cm).
7) Trong 3 người này, Eun-ha nhiều tuổi nhất.

2. 다음 단어를 활용하여 베트남어 문장을 만드세요.

1) Anh Hùng hơi thấp.
2) Xe ô tô kia mới.
3) Em Mai khá thông minh.
4) Chị Hoa không cao lắm.
5) Xe máy này quá cũ.
6) Tôi rất mệt.
7) Q : Quả xoài này có đắt không?
   A : Có, xoài này hơi đắt.

Ⅲ. 회화

1. 다음 문장을 베트남어로 쓰세요.

1) Trong gia đình tôi, Trang trẻ nhất.
2) Cái ô tô này cũ hơn cái ô tô kia.
3) Cô Mai và cô Hoa bằng tuổi nhau.

4) Đôi giày này không đắt lắm.
5) Bức tranh kia đẹp lắm.
6) Quyển sách này khá dày.
7) Thời tiết hôm nay rất nóng.
8) Anh Tuấn lớn hơn tôi 3 tuổi.
9) Cái áo này và cái áo kia bằng tiền nhau.
10) Trong lớp tôi, bạn Tuấn thông minh nhất.
11) Quyển sách này dày như quyển sách kia.
12) Tôi cao hơn bạn Linh 5cm.

중간 점검 복습 문제

1. ③
2. ②
3. ③
4. ①
5. ④
6. ②
7. ①
8. ②
9. ①
10. ④
11. Rất hân hạnh được gặp.
12. không phải là
13. Chị Lan mua 3 quyển sách đó. / Chị Lan mua 3 quyển đó.
14. Dưới bàn có con mèo. / Dưới bàn có mèo.
15. Chiếc xe máy này cũ hơn chiếc xe máy kia.

Bài 8.

I. 어휘와 표현

1. 빈칸에 알맞은 시제를 넣으세요.

1) đang
2) sẽ
3) đã
4) đã
5) đang
6) sẽ

2. 다음 단어 뜻에 알맞은 베트남어를 쓰세요.

1) nghe
2) viết
3) nói
4) nấu
5) thức dậy
6) muốn
7) chuẩn bị
8) hiểu

3. 빈칸에 알맞은 빈도 부사를 넣으세요.

1) thường
2) ít khi
3) không bao giờ
4) hay
5) đôi khi
6) luôn luôn
7) thỉnh thoảng

II. 문법

1. 다음 예문을 따라 문장을 완성하세요

1) Em Kim không học tiếng Pháp.
2) Cô Lan có uống cà phê không?
3) Anh Hùng đọc sách.
4) Ông Tuấn chưa đi ngủ.

5) Chị Lan đã đi mua sắm rồi.

6) Em đã làm bài tập chưa?

2. 다음 예문을 따라 문장을 완성하세요

1) Q : Bà Tâm đã làm gì?

A : Bà Tâm / Bà ấy đã viết thư.

2) Q : Chị Lan sẽ làm gì?

A : Chị Lan / Chị ấy sẽ đi xem phim.

3) Q : Ông Nam đang làm gì?

A : Ông Nam / Ông ấy đang hát quan họ.

4) Q : Em Linh sẽ làm gì?

A : Em Linh / Em ấy sẽ gặp bạn.

III. 회화

1. 다음 예문을 따라 문장을 완성하세요.

1) Chị Nga xem ti vi.

2) Anh Tuấn có đọc báo không?

3) Tớ không nghe nhạc.

4) Em Linh đã ăn sáng rồi.

5) Cháu ấy chưa thức dậy.

6) Bố đã đi làm chưa?

2. 다음 예문을 따라 문장을 완성하세요.

1) Q : Em Lee đã làm gì?

A : Em Lee / Em ấy đã làm bài tập.

2) Q : Anh Jack đang làm gì?

A : Anh Jack / Anh ấy đang nấu phở xào.

3) Q : Em sẽ làm gì?

A : Em sẽ làm bài tập.

4) Q : Anh ấy đang làm gì?

A : Anh ấy đang nấu phở.

5) Q : Ông Nam đã làm gì?

A : Ông Nam / Ông ấy đã xem ti vi.

6) Q : Em ấy sẽ làm gì?

A : Em ấy sẽ đi học.

Bài 9.

I. 어휘와 표현

1. 다음 표현을 베트남어로 쓰세요.

1) 3(ba) tháng sau

2) 6(sáu) tháng trước

3) đầu tuần này

4) cuối tuần trước

5) đầu năm nay

6) cuối năm sau

7) tối (hôm) qua

8) chiều hôm kia

9) tối (hôm) nay

2. 다음 숫자를 베트남어로 쓰세요.

1) năm mươi lăm

2) hai trăm linh bốn

3) chín trăm hai mươi tám

4) năm nghìn hai trăm mười bốn

5) tám nghìn sáu trăm bốn mươi tám

6) bảy trăm sáu mươi ba

7) chín trăm hai mươi mốt

8) ba nghìn không trăm bốn mươi bảy

9) sáu nghìn một trăm tám mươi lăm

II. 문법

1. 문장을 듣고 빈칸에 알맞은 단어를 넣으세요.

1) Hôm qua / Hôm qua / mồng 6

2) Ngày mai / Ngày mai / thứ tư

3) Hôm qua / Hom qua / chủ nhật

4) Ngày kia / Ngày kia / 31

5) Tháng trước / Tháng trước

6) Tháng này / Tháng này

7) tháng trước

8) năm ngoái

III. 회화

1. 다음 표현을 베트남어로 쓰세요.

1) đầu tháng trước

2) cuối tháng sau

3) 5 tuần trước

4) 4 tuần sau

5) 4 năm trước

6) 2 năm sau

2. 문장을 듣고 빈칸에 알맞은 단어를 넣으세요.

1) ngày mồng 2 tháng 9

2) ngày 30 tháng 4

3) ngày 20 tháng 11

Bài 10.

I. 어휘와 표현

1. 다음 시계를 보고 시각을 베트남어로 쓰세요.

1) một giờ kém năm phút / mười hai giờ năm mươi lăm phút

2) một giờ rưỡi / một giờ ba mươi phút

3) năm giờ đúng / đúng năm giờ

4) tám giờ hai mươi lăm phút

5) ba giờ kém hai mươi phút / hai giờ bốn mươi phút

2. 다음 시각을 베트남어로 적으세요.

1) 8 giờ sáng

2) 11 giờ rưỡi trưa / 11 giờ ba mươi phút trưa

3) 3 giờ 40 phút chiều

4) 7 giờ 15 phút tối

5) 10 giờ 50 phút đêm

3. 다음 숫자를 베트남어로 적으세요.

1) ba mươi mốt

2) bảy mươi

3) sáu trăm mười chín

4) ba nghìn không trăm mười lăm

5) bảy nghìn hai trăm linh ba

II. 문법

1. 다음 예문을 따라 문장을 완성하세요.

1) Q: Xin lỗi em, bây giờ là mấy giờ?

   A: Bây giờ là 6 giờ sáng.

2) Q: Xin lỗi chị, bây giờ là mấy giờ?

   A: Bây giờ là 11 giờ rưỡi đêm.

3) Q: Xin lỗi anh, bây giờ là mấy giờ?

   A: Bây giờ là 8 giờ 20 phút tối.

2. 다음 예문을 따라 문장을 완성하세요.

1) Q: Chị Lee có mấy quyển sách?

   A: Chị Lee có 3 quyển sách.

2) Q: Em Hùng có mấy quả cam?

   A: Em Hùng có 6 quả cam.

3. 문장을 듣고 빈칸에 알맞은 단어를 넣으세요.

1) thứ tư tuần trước

2) Sáng mai

3) 2 ngày trước

4) 2 năm sau

5) Thứ hai tuần sau

III. 회화

1. 다음 예문을 따라 문장을 완성하세요.

1) Q: Cô giáo có bao nhiêu cái bút?
   A: Cô giáo có 18 cái bút.
2) Q: Mẹ anh có mấy con vật?
   A: Mẹ anh có 2 con chó và 1 con mèo.
3) Q: Ông Tuấn có mấy cái xe đạp?
   A: Ông Tuấn có 1 cái xe đạp.

3. 다음 예문을 따라 문장을 완성하세요.

1) Q: Ở Việt Nam, bây giờ là 12 giờ trưa, ở Bắc Kinh bây giờ là mấy giờ?
   A: Dạ, ở Bắc Kinh bây giờ là 1 giờ chiều.

2) Q: Ở Pháp, bây giờ 1 giờ 45 phút chiều, ở New York bây giờ là mấy giờ?
   A: Dạ, ở NewYork, bây giờ là 7 giờ 45 phút sáng.

3) Q: Ở Seoul, bây giờ là 3 giờ chiều, ở New Zealand bây giờ là mấy giờ?
   A: Dạ, ở New Zealand, bây giờ là 7 giờ tối.

Bài 11.

Ⅰ. 어휘와 표현

1. 다음 숫자를 베트남어로 적으세요.

1) ba mươi bảy nghìn tám trăm năm mươi
2) năm mươi chín nghìn sáu trăm hai mươi mốt
3) mười một nghìn chín trăm tám mươi mốt
4) một trăm hai mươi nghìn ba trăm tám mươi hai
5) sáu trăm tám mươi ba nghìn tám trăm
6) chín trăm mười nghìn bốn trăm năm mươi lăm
7) hai triệu bốn trăm sáu mươi bảy nghìn tám trăm linh một
8) một triệu không trăm tám mươi chín nghìn bảy trăm năm mươi mốt

Ⅱ. 문법

1. 문장을 듣고 빈칸에 알맞은 단어를 넣으세요.

1) bố / 60
2) ông / 75
3) chị gái / 38
4) anh trai / 31
5) cháu gái / lên 8
6) Cháu trai / 2012 / lên 9
7) Mẹ tôi / 1962/ 58
8) Tôi / 1982 / 39
9) Em gái / 2007 / 13
10) thường / 11:30
11) ít khi / 6 giờ sáng
12) đi ngủ / 11 giờ đêm
13) đi học / 8 giờ kém 15 phút sáng
14) về nhà / 7 giờ 20 phút tối
15) Vào cuối tuần / đi ăn tối
16) Vào chiều thứ sáu / với
17) thứ ba / thứ năm / đi chơi bóng đá

III. 회화

1. 다음을 듣고 빈칸에 알맞은 베트남어를 넣으세요.

5 sinh viên / 22 tuổi / trẻ nhất / bằng tuổi nhau / ít tuổi hơn / giỏi hơn / tên là / vui tính /rất tốt / 3 buổi / thứ tư / 3 tiếng / từ / đến / rất vui

우리 반은 피터 형, 하은이, 나오코 누나, 필립과 나 지성이 5명이다. 필립은 22살이다. 그 애는 우리 반에서 가장 어리다. 피터 형과 나오코 누나는 나이가 같다(동갑이다).

하은이는 나보다 나이가 적다(어리다). 그 친구는 나오코 누나 보다 공부를 더 잘한다. 피터 형이 가장 공부를 잘한다. 우리의 선생님 이름은 Nga이다. 우리 선생님은 활달하며(재미있고) 매우 잘 가르치신다.

매 주 우리는 월요일, 수요일과 금요일 세 번 공부한다. 매 수업에서 우리는 9시부터 12시까지 3시간 공부한다. 수업에서 우리는 읽기 연습, 듣기 연습, 발음 연습과 받아 쓰기를 한다. 우리 반은 매우 즐겁다.

2. 다음 예문을 따라 문장을 완성하세요.

1) A: Quýt này 1kg bao nhiêu tiền?
   B: Quýt này 1kg 10.000 đồng. Anh mua mấy kg?
   A: Tôi mua 3kg.
   B: Tất cả 30.000 đồng.

2) A: Xoài này 1kg bao nhiêu tiền?
   B: Xoài này 1kg 35.000 đồng. Em mua mấy kg?
   A: Em mua 3kg.
   B: Tất cả 105.000 đồng.

3) A: Tôi muốn mua bút này, anh bán thế nào?
   B: Cái bút này 1 cái 12.000 đồng. Anh mua mấy cái?
   A: Tôi mua 10 cái.
   B: Tất cả 120.000 đồng.

4) A: Tôi muốn mua báo này, anh bán thế nào?
   B: Tờ báo này 1 tờ 35.000 đồng. Cô mua mấy tờ?
   A: Tôi mua 1 tờ.
   B: Tất cả 35.000 đồng.

Bài 12.

Ⅰ. 어휘와 표현

1. 다음 그림과 맞는 단어를 연결하세요.

1. (3)
2. (4)
3. (1)
4. (2)

2. 다음 그림과 맞는 단어를 연결하세요.

1. (2)
2. (3)
3. (4)
4. (1)

3. 빈칸에 알맞은 단어를 넣으세요.

1) Sau khi
2) Trong khi
3) Sau
4) Trước khi
5) Trong
6) Trước

Ⅱ. 문법

1. 문장을 듣고 빈칸에 알맞은 단어를 넣으세요.

1) đi đâu / siêu thị
2) ở đâu / phòng khách
3) làm việc / làm việc
4) đi đâu / xem phim
5) ở đâu / kí túc xá
6) đi đâu / bệnh viện
7) đã bao giờ / chưa / chưa bao giờ
8) lần nào chưa / hai lần

9) lần nào chưa / chưa lần nào
10) lần nào chưa / mấy lần
11) bao giờ chưa
12) bao giờ chưa / ba năm

2.
* 대화문의 단어와 문법 먼저 살펴보기

chứ	문미에 위치하여 의문을 표현한다
hỏi	묻다
đăng kí	등록하다
môn	과목
nghiêm khắc	엄중한, 엄격한
cực kì	극히, 매우
cố gắng	노력하다
chăm chỉ	열심히 하다

문형
1. 목적 묻기
Q : S + V + để làm gì?
A : S + V + để 목적.
vd) Q : Anh học tiếng Việt để làm gì?
    형/오빠는 무엇하기 위해 베트남어를 공부하나요?
    A : Tôi học tiếng Việt để làm việc ở Việt Nam.
    나는 베트남에서 일하기 위해 베트남어를 공부해.

2. vừa : 근접 과거 '막 ~ 했다'.
vd) Tôi vừa đến công ti.

3. 상관어구 : Tuy A nhưng B '비록 A하지만 B하다.'
vd) Tuy trời mưa to nhưng ông tôi (vẫn) đi tập thể dục.
비록 큰 비가 내렸지만 내 할아버지는 (여전히) 운동하러 가셨다.
정답 : có / không / để làm gì / vừa / thế nào

tuy / nhưng / chăm chỉ

III. 회화

1. 다음 예문을 따라 문장을 완성하세요.
1) Q: Hôm nay em Min-soo đi đâu?
   A: Hôm nay, em ấy đi học tiếng Anh.
   Q: Em ấy học tiếng Anh ở đâu?
   A: Em ấy học tiếng Anh ở trung tâm ngoại ngữ.

2) Q: Hôm qua chị Liên đi đâu?
   A: Hôm qua chị ấy đi gửi thư.
   Q: Chị ấy đi gửi thư ở đâu?
   A: Chị ấy đi gửi thư ở bưu điện.

3) Q: Bây giờ ông Tuấn đi đâu?
   A: Bây giờ ông ấy đi ăn trưa.
   Q: Ông ấy ăn trưa ở đâu?
   A: Ông ấy ăn trưa ở căn tin của công ti.

4) Q: Cuối tuần trước cô Mai đi đâu?
   A: Cuối tuần trước cô ấy đi về quê.
   Q: Quê của cô ấy ở đâu?
   A: Quê của cô ấy ở Hải Dương.

2. 다음을 듣고 빈칸에 알맞은 베트남어를 넣으세요.
1) chưa bao giờ
2) mấy lần
3) đã / rồi
4) chưa lần nào
5) hai lần
6) chưa lần nào
7) chưa bao giờ

8) nhiều lần

3. 다음을 듣고 빈칸에 알맞은 베트남어를 넣으세요.
1) thôi
2) chỉ
3) chỉ / thôi
4) chỉ / thôi

Bài 13.

Ⅰ. 어휘와 표현

1. 다음 그림과 맞는 단어를 연결하세요.
1. (3)
2. (4)
3. (1)
4. (2)

2. 다음 그림과 맞는 단어를 연결하세요.
1. (2)
2. (3)
3. (4)
4. (1)

3. 다음 그림과 맞는 단어를 연결하세요.
1. (2)
2. (3)
3. (1)
4. (4)

4. 빈칸에 알맞은 단어를 넣으세요.
1) Từ / đến
2) cách
3) cách đây
4) cách
5) cách đây
6) Từ / đến

5. 빈칸에 알맞은 단어를 넣으세요.
1) trông
2) thấy
3) xem
4) ngắm
5) nhìn
6) ngắm
7) xem
8) trông
9) thấy
10) nhìn
11) Từ / đây / Từ / đây
12) cách đây / cách đây

Ⅱ. 문법

1. 다음을 듣고 빈칸에 알맞은 베트남어를 넣으세요.
1) bao lâu rồi / 9 tháng rồi
2) bao lâu / 1 tháng
3) bao lâu rồi / 6 tháng rồi
4) bao lâu / 15 ngày
5) bao xa / khoảng
6) bao xa / 2km
7) Từ / đến / bao xa / Từ / đến
8) cách đây / cách đây
9) bằng gì / bằng
10) làm băng gì / bằng
11) đi / gì / máy bay
12) Vì sao / Vì / nghiên cứu

13) Vì sao / bận làm việc

14) Vì / nên

15) chưa hiểu

16) bị hỏng / muộn

17) thời tiết / nên

2. 다음을 듣고 빈칸에 알맞은 베트남어를 넣으세요.

1) ở đâu / ở / bao xa / khoảng / đi bằng gì / bằng

2) ở đâu / ở / bao xao / khoảng / đi bằng gì / xe đạp

3) ở đâu / ở khu / bao xa / khoảng / đi bằng gì / tàu điện ngầm

III. 회화

1. 다음 예문을 따라 문장을 완성하세요.

1) Q: Cô Thủy đã thuê nhà này bao lâu rồi?
   A: Cô Thủy đã thuê nhà này 6 tháng rồi.
   Q: Lần này, Cô Thủy thuê nhà này bao lâu nữa?
   A: Lần này, Cô Thủy thuê nhà này 2 năm nữa.

2) Q: Em Jane đã học tiếng Việt bao lâu rồi?
   A: Em Jane đã học tiếng Việt 3 tháng rồi.
   Q: Lần này, Em Jane học tiếng Việt bao lâu nữa?
   A: Lần này, Em Jane học tiếng Việt 3 năm nữa.

3) Q: Anh Kim đã ở Hà Nội bao lâu rồi?
   A: Anh Kim đã ở Hà Nội 3 ngày rồi.
   Q: Lần này, Anh Kim ở Hà Nội bao lâu nữa?
   A: Lần này, Anh Kim ở Hà Nội 1 tháng nữa.

2. 다음을 듣고 빈칸에 알맞은 베트남어를 넣으세요.

1) bao lâu rồi / 2 năm rồi

2) bao lâu rồi / 1 năm

3) cách / bao xa / cách

4) cách đây / cách đây

5) bao lâu rồi / 1 năm

6) ăn bằng gì / thìa / đĩa

7) bằng gì / gỗ

8) viết / gì / bút bi

9) làm bằng gì / làm bằng sứ

10) Vì sao / làm bài tập

11) Vì sao / năm sau

3. 다음을 듣고 빈칸에 알맞은 베트남어를 넣으세요.

1) Vì / nên

2) rất bận / đi chơi

3) Vì / bị cảm

4) Vì / thêm giờ

최종 확인 복습 문제

1. ①
2. ④
3. ①
4. ④
5. ③
6. ②
7. ③
8. ④
9. ①
10. ②
11. Chị gái tôi ít khi uống cà phê.
12. Tôi chưa ăn món ăn Việt Nâm lần nào.
13. Thứ tư tuần trước, chị gái tôi đã đi Mĩ.
14. bốn mươi hai nghìn(ngàn) không trăm sáu mươi lăm
15. sáu triệu hai trăm bảy mươi nghìn(ngàn) tám trăm ba mươi mốt

실용 베트남어 초급

2022년 4월 4일 초판 1쇄 인쇄 | 2022년 4월 11일 초판 1쇄 발행

저자 이현정 | **기획** 임영호 | **발행인** 장진혁 | **발행처** (주)형설이엠제이
주소 서울시 마포구 월드컵북로 402 KGIT 상암센터 1212호 | **전화** (070) 4896-6052~3
등록 제2014-000262호 | **홈페이지** www.emj.co.kr | **e-mail** emj@emj.co.kr
공급 형설출판사

정가 19,000원

ⓒ 2022 이현정 All Rights Reserved.

ISBN 979-11-91950-12-0 13730

* 본 도서는 저자와의 협의에 따라 인지는 붙이지 않습니다.
* 본 도서는 저작권법에 의해 보호를 받는 저작물이므로 동영상 제작 및 무단전재와 복제를 금합니다.
* 본 도서의 출판권은 ㈜형설이엠제이에 있으며, 사전 승인 없이 문서의 전체 또는 일부만을 발췌/인용하여 사용하거나 배포할 수 없습니다.

실용
베트남어
초급